Cánh Bướm Trong Nắng

Vinh Q. Tang

Nghĩa Lan Nhân

Mục lục

Lời tựa

Có những câu chuyện không đi thẳng, mà lượn theo nhịp tim của đời sống: lúc lách cách như tiếng khung cửi miền quê nghèo, lúc rộn ràng như phố chợ Sài Gòn trưa nắng, lúc khẽ ngân như tiếng chuông xích lô "keng… keng…" giữa dòng xe cộ. 'Cánh Bướm Trong Nắng' được viết từ những nhịp ấy, từ những hợp rồi tan của phận người, từ câu hỏi ray rứt: làm sao tiến về phía trước mà không đánh mất linh hồn đã giúp chúng ta đứng vững qua bao thăng trầm thời cuộc. Và giữa những nhịp đời ấy là một chặng thanh xuân đáng nhớ: khi nhiều người trẻ "vô bưng" theo kháng chiến chống Pháp, tưởng ngày độc lập sẽ mở ra bầu trời yên ả; nhưng rồi, khi độc lập giành được, họ kẹt giữa hai lằn đạn Quốc-Cộng, hóa thành những kẻ bên lề lịch sử.

Ở trung tâm câu chuyện là Trí, một sinh viên lớn lên giữa sách vở và mơ ước canh tân xứ sở; Hoa, cô thôn nữ với đôi tay quen đưa thoi kéo chỉ, dịu hiền mà bền bỉ; và Võ, anh phu xích lô ít lời, học khôn từ thư viện và đường phố, chọn sống âm thầm mà vẹn nghĩa. Bốn bề là Sài Gòn những năm biến động, một thành phố rộng lượng mà khắc nghiệt, mở ra vận hội mới nhưng cũng lắm ngã rẽ.

Dẫu nhân vật chỉ là hư cấu, nhưng phía sau họ là những khát vọng rất thật: khát vọng được yêu, được sống, và được vươn lên giữa biến động. Và có lẽ, khi khép lại những trang sách này, điều còn ở lại không phải là nỗi tiếc nuối, mà là niềm tin rằng cái đẹp và tình yêu, khi biết buông tay, vẫn có thể thăng hoa, như cánh bướm dưới nắng, mong manh mà rực rỡ, để rồi bay về phía chân trời mới.

Ottawa, 09–2025

Vinh Q. Tang
(Tăng Quyền Vinh)

Cảm tạ

Trong những cuốn sách trước đây, tác giả hân hạnh được một vài bạn quý trong cộng đồng giúp sửa lỗi chánh tả. Nay phần lớn các vị đã cao tuổi, tác giả không nỡ làm phiền thêm, nên lần này đành trông cậy vào ChatGPT, vừa như một trợ thủ đắc lực, vừa như một người bạn đồng hành, để hoàn thành quyển truyện này.

Tác giả cũng xin tri ân anh Trần Lương Ngọc, người nhiều lần trước đây góp công sửa bản thảo và khích lệ tinh thần, như đã ghi nhận từ quyển sách đầu tay. Điều quý giá nhất là từ những tương tác chữ nghĩa, tác giả may mắn được gặp những tâm hồn đồng điệu, mà anh Ngọc là một trường hợp hiếm quý.

Cám ơn những dòng tự vịnh sau đây mà anh Ngọc đả chịu khó ghi lại trong bối cảnh "Cánh Bướm Trong Nắng":

Từ thuở sơ sinh khóc vào đời
Con đường định mệnh quá xa xôi
Ấu thơ một nửa hồn ta mất
Tương lai vô định áng mây trôi.

Nguyễn Du khi tả về tiếng đàn Thúy Kiều, cũng mượn tích trên:

Khúc đâu đầm ấm dương hòa
Ấy là hồ điệp hay là Trang sinh
Khúc đâu êm ái xuân tình,
Ấy hồn Thục đế hay mình Đỗ Quyên

Mộng hồ điệp (tiếng Trung: 夢胡蝶*) hay Trang Chu mộng hồ điệp (*莊周夢胡蝶*) là tên người ta đặt cho một đoạn văn trong sách Trang tử của Trung Quốc, mà theo bản dịch của Nguyễn Hiến Lê:*

Có lần Trang Chu nằm mộng thấy mình hóa bướm vui vẻ bay lượn, mà không biết mình là Chu nữa, rồi bỗng tỉnh dậy, ngạc nhiên thấy mình là Chu. Không biết phải mình là Chu nằm mộng thấy hóa bướm hay là bướm mộng thấy hóa Chu. Trang Chu với bướm tất có chỗ khác nhau. Cái đó gọi là "vật hoá". (Trần Lương Ngọc)

Xin trân trọng ghi nhận tất cả tấm lòng và nghĩa cử ấy như hành trang tinh thần quý báu, đồng hành cùng tác giả trên con đường chữ nghĩa.

Thành thật cảm ơn.

Tăng Quyền Vinh
Ottawa, 2025-09-23

1. Giữa chốn bưng biền

Nơi cuối chân trời, sau những cánh đồng lúa mênh mông của Cai Lậy, và sâu khuất bên kia những vườn cây trái trĩu cành ở Cái Bè, mở ra một thế giới khác: vùng bưng biền hoang vắng, đất thấp, quanh năm lấp xấp nước nổi. Không mái nhà, không dấu vết khai phá, nếu xưa kia từng có, thì nay cũng đã bị lớp cỏ lát, lau sậy và rong rêu phủ lấp qua bao mùa mưa nắng.

Vậy mà chính nơi tưởng như chỉ dành cho cỏ nước và muỗi mòng ấy lại trở thành điểm hẹn âm thầm của bao chàng trai thành thị tìm đường dấn thân vào cuộc kháng chiến chống Tây ở miền Nam.

Giữa chốn hoang vu, lác đác vài chòi lá lụp xụp nép mình trên những gò đất thấp chỉ nhô cao hơn mặt nước đôi chút. Ban ngày, đó chỉ là chỗ nghỉ chân của lũ trẻ chăn vịt, sau khi chèo xuồng từ sáng sớm lùa đàn vịt đói kêu quạc quạc từ trong làng ra đây cho chúng ăn. Nhưng trong thời buổi giặc giã, những mái chòi đơn sơ ấy lại đổi phận, hóa thành nơi trú ẩn, thành những trạm canh lặng lẽ của một vùng cứ địa kháng chiến.

Bên trong một căn chòi lợp lá, che chắn sơ sài bằng những tấm dừa đan thưa, Trí chăm chú dõi mắt qua những khe hở lưa thưa nhìn ra khoảng không tĩnh mịch bên ngoài. Không một bóng người trên bờ, cũng chẳng có chiếc xuồng nào xuôi ngược con lạch nhỏ dẫn về phía làng xa. Vậy mà anh vẫn cẩn trọng cúi rạp mình, lặng lẽ len qua lớp lau sậy rậm rạp bao quanh chòi, rồi men ra xuồng. Cây chèo trong tay khẽ khuấy làn nước tĩnh lặng, từng vòng sóng vỗ nhẹ như những nhịp tim đang chờ một cuộc hẹn hò hiếm hoi giữa đời kháng chiến.

Một năm trước, Trí đã rời mái ấm gia đình ở Sài Gòn, từ giã giảng đường Luật thuộc hệ thống Đại học Đông Dương tại Hà Nội. Ở tuổi hai mươi, chàng mang trong tim cả một trời lý tưởng, hăng hái dấn thân vào chiến khu. Giữa vùng bưng biền tưởng chỉ toàn lau sậy và bóng tối, anh bất ngờ tìm thấy một vì sao sáng nơi đôi mắt long lanh của cô thôn nữ tên Hoa. Mỗi lần ánh mắt ấy chạm vào anh, dù chỉ thoáng qua, vẫn ánh lên một niềm vui dịu dàng, như làn gió mát giữa trưa hè, như ly nước mía ngọt lành nơi góc phố vắng thuở nào.

Trong xóm Cầu Dừa hẻo lánh, người ta thường thấy Hoa ngồi bên khung cửi, đôi tay thoăn thoắt đưa thoi, tạo nên những âm thanh đều đặn như nhịp thở của làng. Dáng cô nhanh nhẹn, điêu luyện trong từng động tác, chẳng khác gì một thôn nữ thuần thành. Nhưng ở nơi khóe mắt sáng linh động, ở nụ cười thanh thoát và phong thái nhẹ nhàng, vẫn phảng phất một vẻ tinh tế hiếm gặp giữa ruộng đồng. Như thể cô mang theo hương sắc lạ từ chốn phồn hoa, nay bén rễ giữa xóm quê, trở thành một hình ảnh vừa quen vừa lạ.

Câu chuyện đời Hoa bắt đầu từ một biến cố. Cha cô, công chức Sở thuế vụ của chính quyền thực dân Pháp ở Sài Gòn, trước khi Nhật đảo chính đã vội đưa vợ con về quê nội Cai Lậy lánh nạn, rồi quay lại thành phố. Nào ngờ, ông bị vu cho tội chứa chấp "người xếp Tây" trong nhà, bị Nhật bắt giam. Căn bệnh suyễn kinh niên hành hạ trong ngục tối đã cướp đi mạng sống của ông, bỏ lại vợ con bơ vơ. Từ đó, ba mẹ con Hoa đành ở lại miền quê.

Quê nội, vốn chỉ là chốn tạm nương, trở thành mảnh đất định mệnh đối với cô gái thị thành. Từ đôi tay từng quen với nếp sống học trò, Hoa tập dần nhịp đồng áng: bón phân, gieo mạ, rồi học cả nghề dệt may. Bóng dáng thiếu nữ Sài thành nhanh chóng hòa vào màu xanh của lúa, vào nhịp chày giã gạo, vào tiếng thoi đưa lanh lảnh trong căn nhà lá.

Từ xa, còn ở ngoài mé làng, Trí đã khẽ chèo xuồng lách vào một khoảng trống giữa những bụi dừa nước mọc um tùm ven rạch nhỏ. Anh ngừng lại, thận trọng nhìn quanh, chỉ nghe tiếng nước róc rách dưới mạn xuồng và tiếng gió lay tàu lá khẽ xào xạc. Khi đã chắc không có ai để ý, anh nhanh tay cột xuồng vào gốc bần. Trái tim đập dồn dập, không rõ vì nỗi lo rình rập của chiến tranh, hay vì biết mình sắp được gặp lại Hoa. Rồi anh rảo bước về phía ngôi nhà quen thuộc, nơi có bóng dáng cô gái từng gieo trong lòng anh một niềm rung động không thể gọi tên.

Trên bờ đê nhỏ rợp bóng hàng trâm bầu, Trí bước đi trong nỗi rộn ràng mong đợi, mỗi nhịp chân như hòa cùng nhịp tim đang dồn dập. Đến trước hàng rào tre, anh khựng lại, dõi mắt vào bên trong, mong tìm một bóng dáng quen thuộc, dẫu những lần gặp gỡ chỉ thưa thớt.

Anh lắng tai nghe một nhịp điệu đều đặn, như nhịp tim thầm lặng của một làng quê đang gắng gượng tồn tại qua những năm tháng ruộng lúa thất mùa. Từ trong nhà Hoa, và cả nơi căn nhà lân cận, vang lên tiếng "cách… xập" quen thuộc của những khung cửi dệt vải, đều đều, nhịp nhàng. Trí khẽ mỉm cười: âm thanh ấy chính là dấu hiệu Hoa đang ở nhà.

Hai năm trở lại đây, vùng này bị hạn hán liên tục, mùa màng thất thoát, nhiều gia đình đành bỏ xứ đi tìm kế sinh nhai. Có người sang vùng lân cận, có người xuôi tận Sài Gòn. Riêng Hoa vẫn ở lại, một tay chăm sóc mẹ già, một tay xoay xở đủ nghề để sống. Khi thì lãnh vải đem lên chợ quận bán, khi thì nhận chỉ về dệt tại nhà. Mái tóc nàng buông nhẹ bên khung cửi, đôi bàn tay thoăn thoắt đưa thoi, không chỉ dệt nên tấm vải mà còn dệt cả tương lai và hy vọng.

Qua kẽ lá tre, Trí thoáng nhìn thấy bóng dáng quen thuộc của Hoa bên khung cửi. Ánh sáng ban trưa lọt qua mái lá, rắc xuống vai nàng những vệt nắng vàng, làm mái tóc đen ánh lên một sắc dịu êm. Dáng ngồi nghiêng nghiêng, đôi tay thoăn thoắt đưa thoi, lúc thì dứt khoát, lúc thì mềm mại, như nàng đang thả hồn theo một điệu múa cho riêng anh.

Trí bước vội qua khỏi rặng tre trước nhà, rồi chậm lại, rón rén tiến đến phía sau lưng Hoa. Anh định bụng sẽ tạo cho nàng một bất ngờ nho nhỏ. Thế nhưng, người bị bất ngờ lại chính là anh.

Khi đến gần, Trí nhận ra con thoi trên khung cửi đang chạy tới chạy lui, nhưng không mang theo chỉ. Hoa chỉ đơn giản làm các động tác dệt quen thuộc: phóng thoi qua lại, rồi đẩy khung cửi ra, kéo vào theo đúng nhịp, nhưng không tạo ra miếng vải nào cả.

Ngạc nhiên, Trí khẽ hỏi:

"Em... đang làm gì vậy?"

Hoa giật mình, suýt ngã khỏi ghế. Nhưng chỉ một thoáng sau, nàng bật cười khúc khích, rồi bụm miệng chạy vụt ra sau nhà, bỏ mặc Trí đứng ngơ ngác chẳng hiểu chuyện gì vừa xảy ra.

Anh vội bước theo. Phải một lúc lâu Hoa mới nín được cười, đôi mắt long lanh nhìn xuống đất, cố tránh ánh mắt dò hỏi của Trí. Trong khoảnh khắc ấy, nụ cười và dáng vẻ e lệ của nàng khiến trái tim anh bỗng rộn nhịp, mọi hiểm nguy trong thế giới bưng biền ngoài kia bỗng trở nên xa vời.

Đúng lúc đó, Bác Bảy mẹ Hoa từ ngoài bờ con lạch sau nhà trở về, tay cầm rổ bông điên điển vừa hái. Bác bất ngờ gặp lại Trí, vui mừng khôn xiết, liền niềm nở mời anh ở lại dùng bữa trưa cùng gia đình. Hoa đứng nép bên khung cửa, vẫn cúi đầu, nhưng khi nghe mẹ cất lời mời, nàng khẽ liếc về phía Trí. Ánh mắt thoáng ngập ngừng, vừa như e thẹn, vừa như mong chờ.

Ba người quay quần bên bàn ăn. Gia đình Hoa còn có một người em trai nàng tên Tánh, nhỏ hơn nàng hai tuổi, nhưng cậu ta không có nhà. Trí ít khi gặp Tánh, vì nó thường phải rời quê đi làm thuê ở tỉnh khác, như bao trai tráng trong làng này.

Bữa cơm trưa giản dị nhưng thấm đượm tình quê. Trên chiếc bàn gỗ đã cũ, Bác Bảy bày ra nồi cá kho tộ thơm nức mũi, tô canh chua bông điên điển vừa hái ngoài bờ lạch, thêm dĩa rau luộc xanh mướt chấm mắm kho quẹt. Mùi khói bếp còn phảng phất đâu đó tạo thành cái ấm áp mà Trí đã lâu ít khi cảm nhận được giữa những ngày phiêu bạt. Rồi còn tiếng cười của Bác Bảy và tiếng nói rụt rè của Hoa trong bữa ăn, tất cả đã không khỏi khơi lại một khung cảnh gia đình ấm cúng mà anh đã bỏ lại phía sau nơi thành phố.

Hoa đơm thêm chén cơm cho anh mà đôi bàn tay khẽ run, như sợ để lộ niềm xao động trong lòng. Khi đặt chén cơm trước mặt Trí, nàng thoáng nhìn anh một cái, rồi vội quay đi, để lại trong lòng anh dư vị ngọt ngào hơn cả hương cơm nóng. Từ lần đầu gặp gỡ trong một chuyến công tác đặc biệt, khi Trí được giới thiệu đến tạm trú tại căn nhà của gia đình Hoa, ánh mắt của nàng, nửa như ngỡ ngàng vui sướng của đứa trẻ gặp lại bạn thân, nửa như thầm ngưỡng mộ một hình bóng lý tưởng, đã bất ngờ gieo vào lòng anh một niềm vui khó tả.

Sau bữa cơm trưa, khi trong nhà chỉ còn lại hai người, Trí vẫn chưa hết thắc mắc chuyện ban nãy. Anh nghiêng đầu, giọng nửa đùa nửa dò xét:

"Em nói thiệt đi… hồi nãy em làm gì ở cái khung cửi vậy? Sao con thoi cứ chạy mà không thấy sợi chỉ nào hết?"

Hoa cố nén cười, cúi đầu đáp khẽ, giọng nhỏ như gió thoảng:

"Em… phá thằng Lượm ở nhà kế bên đó."

Vừa dứt lời, nàng lại khúc khích, đôi vai khẽ rung. Lượm là chàng trai hàng xóm, cũng đang thuê khung cửi mang về dệt vải kiếm sống qua những năm mùa màng thất bát.

Trí nhíu mày, nghi hoặc:

"Anh có thấy ai xung quanh đâu lúc đó."

Hoa bèn lên đáp, mắt vẫn còn long lanh ánh cười:

"Hồi còn làm ruộng, nó hay hò hét chọc ghẹo em hoài, mà em làm ngơ. Giờ ở nhà dệt vải, nó cũng không tha. Em mới giả bộ dệt chứ không luồn chỉ, cho nó rối nhịp chơi… cho biết mặt!"

Trí càng ngạc nhiên, chau mày hỏi tiếp:

"Nó dệt ở nhà nó, em dệt ở nhà em, mà phá kiểu gì vậy?"

Đến đây Hoa mới kể rõ đầu đuôi. Thường ngày, nàng ngồi dệt ở nhà bên này, còn chị của Lượm ngồi dệt ở nhà bên kia. Cả hai vẫn quen 'dệt đồng hành', nghĩa là canh theo tiếng thoi đưa, tiếng cửi dập "cách-xập… cách-xập…" của nhau để bắt nhịp thao tác. Tựa như hai nhạc công ở hai đầu sân khấu, không nhìn thấy nhau nhưng vẫn hòa chung một điệu khúc, khiến cả xóm nghe rộn ràng như một khúc nhạc thôn quê.

Đó cũng là một thú vui nho nhỏ của mấy cô thợ dệt trong xóm. Giữa những ngày quanh quẩn bên khung cửi với những động tác lặp đi lặp lại, họ tự bày trò cho vui, như một cách át đi cái buồn mênh mang của chiến tranh, của hạn hán, và cả cái túng quẩn gõ cửa từng mái nhà.

Nhưng Trí vẫn chưa chịu buông tha, nheo mắt hỏi dồn:

"Em nói thằng Lượm nó chọc em, mà chọc kiểu gì mới được chứ?"

Hoa bĩu môi, giọng pha chút ấm ức xen lẫn tinh nghịch:

"Thì nó ỷ tay chân mạnh hơn, dệt càng lúc càng nhanh, làm em muốn theo cho kịp, phải hụt hơi luôn. Vậy nên em mới nghĩ ra cách này: giả bộ dệt mà không luồn chỉ, cho con thoi chạy vù vù bên em, tới phiên nó thì cứ việc ráng mà theo… cho biết thân!"

Trí phá lên cười, lắc đầu nhìn Hoa như thể vừa bắt gặp lại một mảnh tuổi thơ tinh nghịch nào đó mà anh đã bỏ quên nơi phố thị. Giữa những ngày kháng chiến nặng nề căng thẳng, giây phút ấy làm lòng anh bỗng nhẹ nhõm lạ thường, như được thổi vào một làn gió mát.

Còn Hoa thì vừa nói vừa cười, đôi mắt long lanh ánh lên vẻ ranh mãnh, như thể trong cuộc chiến thầm lặng giữa hai khung cửi, nàng vừa giành một trận thắng ngoạn mục. Tiếng cười trong trẻo ấy ngân dài trong gian nhà lá, vang qua hàng rào tre, vượt cả những cánh đồng khô nứt vì hạn hán, làm dịu đi phần nào cái nặng nề của chiến tranh. Trong khoảnh khắc ấy, Trí chợt thấy: ngay cả giữa những tháng ngày bấp bênh vô định, con người ta vẫn có thể tìm thấy niềm vui và hy vọng từ một tiếng cười, từ một ánh mắt, từ một tình cảm còn chưa kịp gọi tên.

Trí nghe xong, vừa buồn cười vừa thương. Anh nhìn Hoa, giọng pha chút chọc ghẹo:

"Ra là vậy… Vậy anh có cần dệt chung để em khỏi phá người ta không?"

Hoa đỏ mặt, định cãi lại, rồi bất chợt quay lưng bỏ chạy. Tiếng cười trong veo của nàng còn vương lại phía sau, lan dài giữa buổi trưa nắng, hòa vào mùi thơm bông điên điển vàng rực ven bờ lạch.

Trí đứng nhìn theo, lòng dâng lên một cảm xúc khó tả. Anh muốn ôm chầm lấy Hoa, muốn nói ra những lời chân thành cất giấu bấy lâu, nhưng như bao lần trước, một điều gì vô hình vẫn níu giữ, khiến anh lặng thinh.

Trong thâm tâm, anh biết rõ tình cảm dành cho Hoa đã vượt xa mức cảm mến từ lâu, nhưng dường như anh đã quý nàng đến mức không thể để những lời yêu thương trở thành vội vã, hời hợt. Với anh, có lẽ bày tỏ tình cảm mà không gắn liền với ý nghĩ về hôn nhân thì chẳng khác nào thứ tình vụng trộm mà người đời thường chê trách là "mèo mả gà đồng", một điều anh tuyệt đối không muốn áp đặt lên Hoa, dù chỉ trong ý nghĩ.

Và nói đến hôn nhân, thì trong lòng Trí, chưa bao giờ nghĩ chỉ đơn thuần là chuyện của hai người. Anh luôn tin rằng hôn nhân là sự gắn kết của hai bên gia đình, là một quyết định cần được suy xét trong khuôn khổ lễ nghi. Nhất là trong gia đình anh, nơi mỗi lời ăn tiếng nói đều bị ràng buộc bởi nề nếp khuôn phép, thì một lời hứa riêng tư, nếu không chín chắn, e có thể trở thành một gánh nặng cho cả hai sau này.

Vậy thì làm sao anh có thể thổ lộ tình cảm, khi giữa lúc chiến tranh còn đang tiếp diễn, anh chưa thể nào trở về thành để ngỏ lời cùng cha mẹ? Gần đây, trong bưng biền râm ran những tin đồn chiến tranh sắp kết thúc. Nhưng Trí hiểu, trong hoàn cảnh khốn khó, những tin đồn như thế phần nhiều là tiếng vọng của hy vọng hơn là phản ánh thực tại. Giả như điều ấy là thật, giả như mai này anh có thể rời vùng kháng chiến để trở về với mái nhà xưa, thì một nỗi băn khoăn khác lại âm thầm giày vò anh: Liệu cha mẹ anh có chấp nhận Hoa không?

Một cô gái mà trong mắt mẹ anh có thể là quê mùa mộc mạc, với xuất thân không môn đăng hộ đối. Trong mắt người mẹ luôn coi trọng sĩ diện gia đình, và người cha khắt khe về lễ giáo, liệu Hoa có bao giờ được xem là một nàng dâu xứng đáng? Anh không biết. Ý nghĩ ấy khiến lòng anh chùng xuống. Anh bước vội trong làn gió chiều nhè nhẹ, nghe tiếng chim gọi bầy vọng về từ cánh đồng xa, rồi bất giác ngước lên, gởi theo áng mây trôi âm thầm một nỗi niềm riêng tư:

'Người đâu gặp gỡ làm chi,
Trăm năm biết có duyên gì hay không?'

('Truyện Kiều'; Nguyễn Du.)

Anh còn đang miên man với những ray rứt trong lòng thì sóng gió thời cuộc đã kịp ập đến. Vừa đặt chân về đến chòi canh quen thuộc, Trí thấy Võ hớt hải chạy tới. Gương mặt sạm nắng, ánh mắt rực sáng, hơi thở còn dồn dập sau chuyến công tác đặc biệt ở tỉnh xa. Không kịp chào hỏi, Võ nắm chặt tay bạn, giọng lạc đi vì xúc động:

"Chiến tranh sắp chấm dứt rồi anh ơi!"

Trong khoảnh khắc ấy, Trí như được giật khỏi mớ ngổn ngang riêng tư đang bủa vây. Bao nhiêu âu lo về tình cảm, về định kiến gia đình bỗng tan biến trước tin tức chấn động, mở ra một ngả rẽ khác cho cả cuộc đời anh và những người chung quanh. Anh ôm chầm lấy vai bạn, gặng hỏi:

"Thiệt hả, Võ?"

Võ, con trai một bác phu xe xích lô ở Sài Gòn, nhỏ hơn Trí hai tuổi, nhưng đã sớm gia nhập lực lượng kháng chiến, dạn dày kinh nghiệm hơn hẳn. Quyết định dấn thân đến với Võ không đến từ sách vở hay lý tưởng xa vời, mà từ một vết thương nhức nhối không thể nào quên: anh đã tận mắt chứng kiến cha mình bị cảnh sát đánh đập tàn nhẫn giữa phố, trong một cuộc biểu tình của hàng trăm phu xích lô phản đối sự cai trị hà khắc của chính quyền thực dân. Biến cố ấy xảy ra không lâu sau cái chết của Trò Ơn, một học sinh trung học trường Pétrus Ký, bị bắn ngay trên đường phố Sài Gòn trong một cuộc bãi khóa và xuống đường của phong trào sinh viên học sinh.

Võ không trả lời thắng với Trí mà chỉ nghiêng người thì thầm vào tai anh:

"Anh Căn muốn họp bàn chuyện tương lai của tụi mình."

Trí nghĩ anh biết "chuyện tương lai" mà anh Căn muốn bàn là gì. Dạo gần đây sau những lời đồn chiến tranh sắp kết thúc ngày càng lan tràn nhiều hơn, Trí và anh Căn, người được xem như "anh cả" trong tổ ba người của họ, thường xì xầm bàn về tương lai của họ sau chiến tranh, như phải đứng trước ngã ba đường.

Trí không chần chờ, vội theo Võ xuống xuồng. Võ chèo xuyên qua con rạch nhỏ, hướng đến một mái chòi bỏ trống giữa cánh đồng hoang vắng mà Căn đã chờ sẵn.

Không vòng vo, Anh Căn nói khẽ:

"Tụi mình không thể chần chừ thêm nữa. Mấy anh ở trên đã bắt đầu lập danh sách cho từng nhóm tập kết ra Bắc. Một khi danh sách gửi đi là coi như xong. Mình mà chờ cho Hiệp định Genève ký kết rồi mới lo thì quá muộn. Không còn đường lui nữa. Phải quyết định ngay."

Võ vẫn vô tư như những lần trước mỗi khi anh em trong tổ ngồi lại với nhau bàn chuyện tương lai:

"Còn gì phải quyết nữa hả anh? Còn giặc thì mình đánh, hết giặc thì mình về. Em còn ba má già đang đợi ở nhà."

Trí trầm ngâm. Anh đáp bằng giọng chậm rãi, đượm nhiều suy tư:

"Tình hình bên ngoài còn rối ren lắm, Võ ơi. Anh biết, với tụi mình thì mọi chuyện tưởng như đơn giản: vô đây là để đánh Pháp, để rửa mối nhục mất nước, không cam lòng thấy dân mình bị đè đầu cưỡi cổ. Giờ thì Pháp tuyên bố rút lui, Hiệp định Genève cũng đã ký, quốc tế công nhận nước mình độc lập. Trên nguyên tắc, tụi mình có thể yên tâm mà trở về."

Võ cắt ngang:

"Vậy thì còn ở lại đây hay tính chuyện ra Bắc làm chi nữa, anh?"

Căn xen vào, cố giải thích thêm:

"Tao cũng từng nghĩ vậy. Nhưng cái khó là… đi không nỡ, mà ở cũng không xong. Ở lại đây, có khi bị coi là 'tiểu tư sản phản động' hay gì đó. Mà về Sài Gòn, thì bị nghi là 'Việt Minh nằm vùng'. Kiểu gì cũng dính đạn, hoặc từ phía này, hoặc từ phía kia."

Võ ngẩn người, giọng chùng xuống:

"Sao kỳ vậy anh?"

Trí nhìn Võ, ánh mắt đầy thương cảm:

"Chính trị là vậy đó, Võ. Đối với tụi mình, thấy hòa bình là mừng rồi. Nhưng với những người làm chính trị, đó mới là lúc họ bắt đầu tranh giành quyền lãnh đạo."

"Ai làm chẳng được, anh. Miễn là người Việt với nhau thôi," Võ nói, giọng vẫn chưa hết bàng hoàng.

Căn xen vào, nhẹ lắc đầu:

"Chuyện không đơn giản vậy đâu, Võ ơi. Cuộc kháng chiến mà tụi mình theo hồi đầu là vì lòng yêu nước, vì muốn giành lại độc lập cho quê hương. Nhưng bây giờ, người nắm tay lái cuộc chiến không còn là dân nữa. Họ là một tổ chức, một đảng phái có cương lĩnh, có đường lối riêng. Còn tụi mình... rốt cuộc cũng chỉ là những kẻ ngoài cuộc đối với họ thôi."

"Vậy thì mình cứ để họ lãnh đạo, mình rút lui, về làm dân thường sống cho yên," Võ giương mắt nói. Trí nhẹ lắc đầu, giải thích:

"Trước hết, chưa chắc họ để mình yên đâu. Ngoài ra, lực lượng kháng Pháp không chỉ có một phe, một nhóm, mà gồm đủ loại đảng phái và tổ chức khác nhau, kể cả vài đoàn thể tôn giáo ở miền Nam có riêng những lực lượng võ trang của họ... Đó là chưa kể tới vài nhóm bảo hoàng, họ thì... muốn phục hồi ngai vàng cho vua chúa triều Nguyễn."

Võ ngạc nhiên:

"Ủa, ở đâu ra nhiều đảng phái vậy? Em có thấy đảng nào đâu."

Căn kiên nhẫn tiếp lời,

"Có đó. Ít ra cũng hai đảng lớn là Đại Việt và Việt Nam Quốc Dân Đảng, nhưng họ chủ yếu hoạt động mạnh ở miền Bắc và miền Trung. Miền Nam thì có hai giáo phái lớn, Cao Đài và Hòa Hảo, có cả lực lượng võ trang riêng và được hậu thuẫn rất mạnh từ quần chúng."

Trí gật gù nói theo,

"Ngoài ra miền Nam còn có nhiều nhà ái quốc, nhiều trí thức không theo bất kỳ đảng phái nào. Nhiều người từng du học bên Pháp về nhưng lại chống Tây không thua ai. Không ít người từng làm việc cho Pháp, thậm chí từng cộng tác với chánh quyền thực dân, nhưng họ vẫn chọn cho mình một con đường đấu tranh riêng. Họ truyền bá những tư tưởng tiến bộ của Tây phương, vạch trần bản chất bóc lột và đàn áp của chế độ thuộc địa, để khơi dậy tinh thần phản kháng trong quần chúng. Dù không phải ai cũng cầm súng, nhưng lòng yêu nước của họ thì không hề thiếu."

Võ lắc đầu,

"Thiệt rắc rối quá hả anh. Bây giờ ông nào cũng muốn lãnh đạo theo ý của mình."

Trí choàng tay vỗ vai Võ nói đùa: "Mầy đã ngộ rồi đó!"

Căn lẩm bẩm, như thể đang tự nói với chính mình:

"Hồi đầu, tụi mình nghĩ đơn giản là vô đây đi đánh Tây thôi. Giờ hết Tây rồi mới té ngửa ra là sứ mạng vẫn chưa xong. Anh em nói tập kết ra Bắc. Tao có hỏi, mà cũng chẳng ai biết rõ ngoài đó mình sẽ làm gì, chỉ nghe lặp đi lặp lại một câu: 'tiếp tục cuộc cách mạng'. Nhưng cách mạng gì? Với ai? Đánh ai? Không thấy ai nói rõ."

Anh ngừng lại, đôi mắt nhìn xa xăm như đang cố soi thấu một tương lai mù mịt. Rồi anh dõng dạc nói tiếp, giọng rắn rỏi như vừa tự khẳng định với chính mình:

"Tao sẽ về. Dù sau này có phải sống âm thầm lặng lẽ, tao cũng chấp nhận. Còn hơn là cứ tiếp tục bước đi mà không biết sẽ đi tới đâu."

Riêng đối với Trí, trong đầu không khỏi dấy lên cảm giác chua chát về sự trớ trêu của cuộc đời. Đất nước vừa giành lại được độc lập, niềm vui còn chưa kịp trọn vẹn thì tin quê hương bị chia cắt lại ập đến. Vĩ tuyến 17 không còn là đường tròn tưởng tượng nối các điểm cùng vĩ độ như trong bài học địa lý thuở nhỏ. Giờ đây, trên lãnh thổ Việt Nam, nó đã trở thành biểu tượng cho một vết cắt sâu hoắm chia đôi đất nước, theo hai chiều đối nghịch của ý thức hệ.

Trí cảm thấy như đang đứng trước một ngã ba cuộc đời. Một hướng là theo bạn bè kháng chiến tập kết ra Bắc, nơi nghe nói đang được lãnh đạo bởi Đảng Cộng sản Việt Nam. Hướng kia là trở về Sài Gòn, nơi có gia đình anh, thuộc miền Nam, một miền Nam đang dò dẫm xây dựng một thể chế quốc gia non trẻ, vẫn còn quá mù mờ trong mắt nhiều người, chỉ biết rằng phía sau nó là sự hậu thuẫn của khối thế giới tự do, đặc biệt là Hoa Kỳ.

Dù trong lòng vẫn còn phân vân, chưa thể đưa ra một quyết định dứt khoát, trách nhiệm đối với cha mẹ già ngày càng đè nặng lên tâm trí Trí. Nhưng đó chưa phải là tất cả. Còn một điều nữa khiến anh chùn bước, đó là Hoa.

Tuy nhiên, nếu ở lại miền Nam, bên cạnh người con gái anh thương… thì rồi tương lai sẽ ra sao? Những người như anh sẽ luôn phải sống giữa những ánh mắt nghi ngại từ cả hai phía, vừa bị xem là kẻ bỏ cuộc từ phía bên kia, lại chẳng được tin tưởng giữa lòng miền Nam đang thay da đổi thịt từng ngày.

Ba anh em ngồi lặng thinh. Không ai nói gì, chỉ cúi đầu theo đuổi những dòng suy nghĩ riêng tư. Có lẽ, trong thâm sâu mỗi người đều đang nghĩ về mái nhà xưa, về cha mẹ già, về những bổn phận còn dang dở, và những nỗi nhớ khôn nguôi.

Một lúc sau, họ ngẩng lên, ánh mắt chạm nhau, như cùng thắp lên một quyết tâm chung. Không một lời nói ra, nhưng tất cả đều hiểu: Đã đến lúc phải rời khỏi nơi này.

Họ bắt đầu bàn bạc, cân nhắc từng chi tiết cho một kế hoạch cụ thể: sẽ đi đường nào, vào giờ nào, ai đi trước, ai yểm trợ, ai sẽ ra tín hiệu. Mỗi bước đều được tính toán kỹ lưỡng, với một hy vọng duy nhất là trở về được Sài Gòn an toàn.

Trước khi chia tay, họ nắm tay nhau thật chặt, hứa sống chết có nhau. Dẫu biết rằng mỗi bước đi sắp tới đều có thể là bước cuối cùng, nhưng họ đã chọn: thà liều thân một lần còn hơn đánh đổi cả đời trong một cuộc hành trình không tên, không đích đến.

2. Đường về thành

Hai ngày trước ngày ba anh em kháng chiến hẹn trở về thành phố, Trí đứng ngồi không yên trong chòi lá chờ gặp Hoa. Nhưng chờ mãi vẫn chưa thấy Hoa chèo xuồng đến, Trí bắt đầu thấy bồn chồn. Anh đứng dậy, rảo bước ra phía sau chòi, nơi mấy bụi sậy đã ngả nghiêng vì gió đồng lồng lộng thổi suốt đêm. Anh tìm một chỗ ngồi dưới bóng mái lá thấp lè tè, nép mình trên thân cây mục ai đó đã bỏ quên nằm vắt ngang qua bãi cỏ hoang từ thuở nào...

Gốc cây ấy phủ đầy rêu xanh, như một chứng tích lặng lẽ của thời gian, một lời nhắc không tiếng của những người từng tìm đến ẩn náu giữa cơn binh lửa. Trí ngồi xuống, hai tay ôm gối, mắt đăm đăm nhìn về phía lũy tre làng. Anh thầm hy vọng sẽ sớm thấy bóng dáng thân quen của Hoa hiện ra giữa vùng đất tưởng chừng yên bình mà vẫn âm ỉ bất an.

Bất chợt, từ nơi xa xa giữa cánh đồng khô nứt nẻ, anh thấy xuất hiện một bóng người thấp thoáng di chuyển. Bản năng sinh tồn tích tụ từ những ngày sống chui lủi trong bưng khiến Trí giật thót tim. Anh toan lao xuống xuồng, định bụng chèo thẳng vào giữa rừng dừa nước để lẩn tránh. Nhưng chỉ vừa quay người, trong một khoảnh khắc chớp nhoáng, anh nhận ra dáng đi hấp tấp, quen thuộc của Hoa. Nàng bương bả, loạng choạng, cơ hồ gần như vấp ngã trên nền đất gồ ghề. Không cần suy nghĩ thêm, Trí lập tức phóng mình chạy ngược ra giữa đồng, mặc kệ những nguy cơ rình rập bốn bề.

Từ đằng xa, vừa thấy Trí, Hoa đã đưa tay lên cao xua liên tục, miệng hớt hải hét điều gì đó mà anh không nghe rõ. Nhưng Trí hiểu. Hoa đang ra hiệu cho anh chạy trốn. Cô gái nhỏ, mảnh mai, dường như đang cố dùng cả sức lực cuối cùng để ngăn anh lại, để bảo vệ anh khỏi hiểm nguy. Nhưng Trí không muốn cô phải bước thêm bước nào nữa trên cánh đồng khô cằn, nơi mặt đất nứt nẻ cứng như đá, từng mảng đất trồi lên sắc nhọn như những lưỡi dao âm thầm cứa vào đôi chân trần của nàng.

Anh chạy ào tới ôm chầm lấy Hoa. Hoa vừa thở hổn hển, vừa nắm lấy tay anh, xua đi, miệng lắp bắp nghẹn hơi:

"Anh Trí… đi đi… lính Tây… bố ráp… làng kế bên… sắp tới nơi rồi…"

Mồ hôi đẫm ướt trên trán cô, đôi mắt lo lắng ánh lên nỗi sợ hãi nhưng vẫn chứa đầy thiết tha. Cô không chỉ mang đến lời cảnh báo, mà còn cả tấm lòng che chở cho anh, một tình cảm âm thầm, nhưng đủ vang vọng để khiến Trí lặng người.

Trong khoảnh khắc sinh tử, khi mà mạng sống của anh tựa như sợi chỉ mành mong manh treo lơ lửng chiếc chuông đồng, chỉ chờ một rung động nhẹ là đứt, điều khiến Trí ray rứt hơn cả không phải là nỗi sợ cái chết, mà chính là đôi bàn chân trần của Hoa. Bàn chân ấy, nhỏ bé mà kiên cường, đã liều mình băng qua cánh đồng khô cứng, nơi mặt đất nứt nẻ, lởm chởm như rải đầy gai nhọn, để lao đến che chở cho anh. Từng bước chân của nàng như dẫm lên bàn chông, thấm máu và đau đớn, nhưng Hoa vẫn bất chấp tất cả.

Trí không nói nên lời, cũng không biết phải nói gì trong phút giây ấy. Lòng anh trào dâng một cảm xúc hỗn độn: biết ơn, thương xót, và cả nỗi bất lực cay đắng. Anh dìu Hoa xuống xuồng, đôi tay run run đỡ nàng lên mũi lái. Gió thổi lộng trên vành tai, nhưng tiếng nói anh lại thầm thì khẩn thiết: "Chèo đi Hoa. Mau trở về. Đừng vì anh mà bị lôi vào vòng hiểm nguy này." Hoa gật nhẹ. Nàng không nhìn lại. Chèo xuồng đi khuất dần sau những vạt sậy, như một bóng chim nhỏ thoát khỏi vùng giông tố.

Phần Trí, anh lội xuống con rạch từ một khúc cạn gần đó, nước chỉ ngập đến mắt cá, rồi dần dà tiến ra khúc sâu hơn. Làn nước đục ngầu, bùn lầy níu bước chân, nhưng anh vẫn kiên quyết lách mình qua từng đám dừa nước, men theo những lối nhỏ chỉ người bản địa mới biết, để tìm một chỗ ẩn nấp giữa vùng bưng hoang vắng.

Chỉ một lát sau, bọn lính kéo đến chòi. Tiếng giày đinh dẫm lên cỏ khô rào rạo, tiếng la hét lùng sục làm rung cả vách lá. Chúng lật tung mọi thứ, đảo cả góc bếp tro tàn, chĩa súng vào từng lùm cây bụi sậy quanh chòi. Không thấy ai, giận dữ và nghi ngờ, chúng đốt chòi rồi bỏ đi, để lại một cột khói cuộn lên giữa trời trưa gay gắt, như một dấu chấm than rực cháy giữa vùng đất câm lặng.

Từ xa, phía sau rặng dừa nước rậm rạp, Trí lặng lẽ theo dõi. Mồ hôi hòa lẫn với nước rạch chảy dài trên gò má. Khi tiếng súng đã im, sóng gió bên ngoài tạm lắng, thì một cơn sóng khác lại dâng trào trong lòng anh, mang theo hình bóng Hoa. Nỗi ray rứt khiến anh bồn chồn với một nỗi lo lắng mơ hồ: phải chăng cuộc chia biệt này sẽ là vĩnh viễn.

Ngay sau biến cố ấy, khi chỗ ẩn náu bị lộ, cấp trên lập tức điều Trí sang hoạt động ở một vùng khác. Thời gian xa cách kéo dài thành những chuỗi đêm không ngủ. Trong từng ngọn gió thổi qua rừng tràm, từng tiếng nước sông vỗ vào mạn xuồng, anh vẫn như thấy bóng Hoa thấp thoáng đâu đó. Cái tên ấy, gương mặt ấy, chưa bao giờ rời khỏi trí nhớ, dù chỉ một khoảnh khắc. Mãi đến gần hai tuần sau, khi có dịp quay lại, Trí mới đánh liều tìm về ngôi làng cũ. Lần trở về này, anh thận trọng không dám xuất hiện công khai ở nhà nàng, mà nhờ Võ âm thầm nhắn tin báo trước.

Trí hồi hộp bước về điểm hẹn cũ, dưới gốc trâm bầu già bên mé ruộng khô. Anh nép mình sau mấy bụi cây nhãn lồng, mắt dán vào khoảng đồng mùa hạn trải dài trước mặt, nơi vẫn còn in đậm trong ký ức anh dáng hình vội vã của Hoa trong buổi trưa tháng trước.

Khung cảnh trước mắt dường như chẳng đổi thay. Mặt đất nứt nẻ, khô khốc, những mảng đất trồi lên sắc cạnh như những lưỡi dao. Và rồi, trong tâm trí Trí lại hiện về rõ mồn một hình ảnh ngày hôm ấy: Hoa băng ngang qua cánh đồng, đôi chân trần giẫm trên mặt đất lởm chởm như bàn chông, mái tóc rối tung trong gió, hơi thở dồn dập nhưng ánh mắt vẫn kiên định. Nàng đã lao vào hiểm nguy chỉ để kịp báo tin quân Tây đang bố ráp ở làng bên, và chính sự liều lĩnh ấy đã cứu anh thoát nạn trong gang tấc.

Nghĩ đến đó, Trí bất giác đưa tay lên ngực, nơi nhịp tim vẫn còn rối bời bởi những gì chưa kịp nói ra từ lần gặp trước. Anh không biết lát nữa có được gặp lại nàng hay không. Nhưng chỉ cần thêm một lần được thấy Hoa bình yên, được nghe nàng cười, là đủ để anh tiếp tục đi hết con đường đã chọn, dù con đường ấy đầy giông bão.

Chẳng mấy chốc, Hoa đã tìm đến, mang theo mấy nắm cơm vắt gói trong lá chuối còn đẫm sương mai. Họ ngồi cạnh nhau trên gò đất khô, nép mình dưới bóng trâm bầu. Hoa nhẹ nhàng mở gói, đưa phần cơm cho Trí, vừa trao vừa nói khẽ:

"Có cá chà bông trong cơm nữa đó anh."

Trí cười, hỏi đùa:

"Sao bữa nay hậu hĩ dữ vậy ta?"

Ngày trước, trong vài lần hẹn ăn trưa hiếm hoi, họ chỉ vội vã lùa vài muỗng cơm trắng với chút muối xả ớt cho qua bữa. Trí hiểu, lần này Hoa muốn bù đắp cho những ngày anh phải bữa đói bữa no, lênh đênh nơi tỉnh lạ. Trước sự ân cần ấy, anh cảm thấy mình nợ Hoa một lời, ... một điều gì đó sâu hơn một lời cảm ơn. Nhưng anh không biết phải bắt đầu từ đâu.

Trí không dám nhìn thẳng vào mắt nàng. Anh sợ sẽ bắt gặp một câu hỏi, hay một nỗi chờ đợi nào đó, mà chính anh, lúc này, chưa thể trả lời.

Hoa chợt khẽ hỏi, giọng như gió lướt qua đồng cỏ:

"Anh đang nghĩ gì vậy?"

Trí cười, như để giấu đi điều gì đó, rồi nói bâng quơ:

"Anh đang nghĩ tới... chân em."

Hoa nguýt dài, bẽn lẽn:

"Anh này... kỳ cục ghê."

Trí vội vàng đính chính:

"Ý anh là đôi bàn chân em."

"Bàn chân em thì sao?" Hoa tròn mắt ngạc nhiên.

"Không biết có lành hẳn chưa... sau bữa em chạy băng qua cánh đồng khô để cứu anh."

Hoa khẽ chớp mắt. "Chuyện đó, tới giờ anh vẫn còn nhớ sao?"

"Anh không quên được. Cảm giác đôi bàn chân dẫm lên gốc rạ khô tua tủa, như dao cắm ngược trên mặt ruộng nứt nẻ... Anh đã từng nếm trải rồi, nên anh biết. Lần đầu gặp nạn, nếu không nhờ thằng Võ cõng anh chạy một đoạn cuối, chắc cũng không về nổi. Tới nơi, lòng bàn chân anh rách te tua, máu chảy nhỏ giọt."

Hoa cảm động khi thấy Trí nghĩ đến mình sâu đậm như vậy. Nàng nhoẻn miệng cười, khẽ nói:

"Thiệt tình, chân em không sao hết. Vài bữa sau là đi lại bình thường rồi. Hồi nhỏ, em cũng hay chạy nhảy ngoài đồng như vậy mà."

Trí nhìn nàng, lòng dâng trào một nỗi xót xa không tên. Anh muốn ôm nàng vào lòng, muốn nói ra hết những điều giấu kín bấy lâu, nhưng dường như lại có một lực cản vô hình nào đó cứ níu chặt anh lại. Anh lặng người, bao nhiêu lời định nói nghẹn lại nơi cổ họng. Cuối cùng, Trí chỉ nhẹ nhàng thốt lên lời vu vơ:

"Vậy mà... anh vẫn cứ nhớ hoài cái ngày hôm đó."

Trên đường gặp Hoa lần này, Trí đã quyết tâm phải nói rõ lòng mình - ý định muốn cưới Hoa làm vợ. Nhưng anh vẫn chưa nghĩ ra cách nào để mở lời, sao cho khỏi lộ việc anh sắp trở về Sài Gòn gặp gia đình. Vấn đề là chuyến đi này không chỉ là chuyện riêng của anh, nếu sơ suất, có thể gây nguy hiểm cho cả Võ và anh Căn. Càng nghĩ xa hơn, Trí càng thấy mọi thứ rối như tơ vò. Giả sử anh về đến nơi an toàn, và được cha mẹ đồng ý, thì lễ cưới sẽ tổ chức ra sao? Trong tình hình bất ổn hiện nay, liệu gia đình anh có thể về tận quê Hoa để rước dâu được không? Bao nhiêu câu hỏi chưa lời giải khiến anh thấy lòng nặng trĩu.

Cả hai lại chìm vào im lặng. Chỉ còn đâu đó tiếng dế kêu inh ỏi, khỏa lấp tiếng gió đồng nhè nhẹ thổi bên tai họ những lời chưa nói. Trí lặng nhìn nàng, đôi mắt muốn giữ lấy giây phút này thật lâu. Hoa cúi mặt, nhưng khóe môi thoáng hé ra như muốn nói điều gì, nhưng lại thôi.

Họ chia tay không lời hẹn hò hay thề thốt. Gắn bó giữa hai con tim nào cần đến chất keo ngôn ngữ. Ánh mắt họ trao nhau đã là trọn vẹn. Khi bóng Hoa dần khuất sau rặng tre, Trí vẫn đứng lặng, nghe tiếng gió đồng mang theo lời thề ước.

Thời gian chầm chậm trôi. Chỉ còn một ngày cuối trước khi ba anh em xuất hành trở về Sài Gòn, theo kế hoạch đã được bàn bạc lại sau lần Trí bị gặp nạn. Họ hẹn nhau sau khi mặt trời nhô lên khỏi ngọn tre, anh Căn sẽ đến chòi canh gặp Trí và Võ, rồi cả ba cùng chèo xuồng ra chợ Cầu Dừa. Từ đó, mỗi người sẽ tách ra theo một hướng riêng, dựa vào sự hướng dẫn của các gia đình liên lạc qua những trạm giao liên đã được chuẩn bị sẵn, nhằm tìm ra đường lộ đón xe đò về Sài Gòn.

Bộ quần áo thành thị mà họ mang theo từ ngày đầu rời thành để vào bưng theo kháng chiến vẫn được cất kỹ trong một chòi "canh vịt" bỏ hoang. Đó là nơi họ thường dùng để thay đồ cải trang mỗi khi có công tác cần ra chợ quận Cai Lậy hay chợ tỉnh Mỹ Tho.

Trời chạng vạng. Muỗi mòng bắt đầu vo ve dày đặc quanh chòi canh. Trí và Võ lặng lẽ rút vào "nóp" chuẩn bị nghỉ đêm.

Cái túi ngủ đan bằng cỏ bàng mà người nông dân quen gọi là 'nóp', thiệt rất tiện lợi. Hầu như nhà nào trong vùng cũng có vài tấm đệm làm từ cỏ bàng để phơi lúa. Những tấm đệm vuông vức, mỗi bề chừng hai thước, ngoài việc dùng để phơi lúa còn có thể trải xuống đất làm bàn nhậu mỗi khi trong nhà có tiệc tùng.

Khi cần, người ta gấp lại, may kín hai cạnh như một chiếc bao lớn, chừa một nắp hở. Trải xuống đất, chỉ việc chui vào trong và đậy nắp lại là có chỗ ngủ yên, không lo muỗi mòng quấy rầy, ngoại trừ tiếng bay vo vo như vở chợ của chúng bên tai, tạo thêm một mối đe dọa từ màn đêm bên ngoài.

Thật ra, ngủ trong *nóp* là một thử thách lớn, thậm chí là một cực hình, đối với Trí lúc mới vào bưng. Ban đầu, anh cảm thấy vô cùng ngột ngạt khi phải chui rúc giữa không gian chật hẹp bên trong chiếc nóp. Nếu có thể thở được thì cũng phải gồng mình chịu đựng cái mùi mồ hôi người lẫn mùi mốc meo của cỏ lác bốc ra từ lớp đệm ẩm, hăng hắc chọc vào mũi đến độ anh chỉ muốn nín thở.

Đêm nay, cũng như bao đêm trước, hai anh em lại chui sớm vào trong nóp của mình để tránh muỗi. Trời còn sáng, họ vẫn nằm trò chuyện râm ran qua lớp đệm mỏng. Chính nhờ những buổi "nói chuyện không thấy mặt" như thế, Trí mới hiểu thêm về cuộc đời lang bạt của Võ: từ nhỏ đã phải bươn chải, đi làm thuê làm mướn để phụ giúp gia đình kiếm từng miếng ăn qua ngày.

Ngược lại, Võ cũng nhờ Trí mà học lóm được vài ba tiếng Pháp, và lần đầu tiên trong đời nghe nói đến những tư tưởng, học thuyết phương Tây. Đặc biệt là ba từ mà Trí thường lặp đi lặp lại: "Liberté, égalité, fraternité" (Tự do, Bình đẳng, Bác ái.) Trí không chỉ nhắc suông, mà còn kiên nhẫn giải thích từng chữ, từng khái niệm, khiến Võ nghe mà vừa ngỡ ngàng vừa say mê.

Mỗi lần nghe Trí giảng giải, Võ lại thấy lòng mình phấn chấn hẳn lên. Anh có cảm giác như vừa khám phá ra một điều gì đó sâu xa về vai trò và bổn phận của mình trong cuộc chiến này, một điều mà trước nay anh chưa từng nghĩ đến. Với Võ, động lực ban đầu vốn đơn giản: món nợ máu của cha cần phải trả, và nỗi nhục mất nước nhất định phải rửa. Nhưng giờ đây, anh bắt đầu hiểu rằng, bên cạnh thù hận, còn có lý tưởng. Nếu thù hận là gánh nặng đè trong tim, thì lý tưởng lại là ngọn lửa thắp sáng niềm tin và hy vọng, như chắp cánh cho anh bay xa hơn khỏi những oán hờn riêng tư, đến với một điều gì đó lớn lao hơn chính mình.

Sau vài câu chuyện bâng quơ, ý nghĩ rằng đêm nay sẽ là đêm cuối cùng họ còn được nằm cạnh nhau trong căn chòi đầy kỷ niệm bên đầm nước rốt cuộc cũng lặng lẽ len vào tâm trí cả hai. Họ im lặng, mỗi người theo đuổi một dòng suy nghĩ riêng. Chỉ có tiếng muỗi vo ve ngoài nóp làm nền cho những tâm sự không lời. Hai người từng kề vai sát cánh, sống chết có nhau, cùng vào sinh ra tử, cùng chia sẻ ngọt bùi của cuộc đời kháng chiến, làm sao Võ lại không cảm nhận được nỗi ray rứt đang đè nặng trong lòng người bạn nằm sát bên mình.

Võ khẽ cất tiếng, vừa như để xé tan lớp im lặng kéo dài, vừa như muốn gợi lên điều mà anh biết chắc là mối bận tâm lớn nhất của Trí:

"Anh có nói với chị Hoa chưa?"

Ý của Võ không cần phải nói rõ. Anh đang hỏi về tương lai giữa Trí và Hoa, rằng hai người đã thật sự ngồi lại để bàn chuyện lâu dài hay chưa. Qua những lần tâm sự, Võ biết rõ từ ngày có tin đồn chiến tranh sắp kết thúc, điều khiến Trí trăn trở nhất không phải là đường đi nước bước cho bản thân, mà là con đường phía trước của mối tình này sẽ dẫn về đâu?

Trí thở dài, quay mặt nhìn ra khoảng không bên ngoài, xuyên qua những khe hở lưa thưa trên tấm đệm cỏ bàng:

"Chưa… Anh cũng không biết phải bắt đầu từ đâu, hay sẽ nói được gì. Có những điều trong lòng muốn nói lắm, nhưng cứ vừa mở miệng ra là nghẹn lại."

Anh ngừng lại một lúc, rồi buông một câu bâng quơ, như đang tự nhủ với chính mình:

"Chỉ mong mọi chuyện bên nhà anh êm xuôi, để anh có thể quay lại đây rước Hoa."

Trong thâm tâm, Trí hiểu rõ hơn ai hết rằng mọi chuyện không hề đơn giản như lời vừa nói ra.

Võ vẫn chưa hết thắc mắc:

"Vậy anh có từ giã chỉ chưa?"

Trí khẽ thở dài:

"Anh muốn lắm. Mấy lần định nói rồi, mà đành gác lại. Vì chuyến đi này đâu phải mình anh, còn liên lụy đến anh em trong tổ. Lỡ lộ ra, không chỉ mình anh gặp nguy."

Cả hai lại im lặng. Gió đêm lùa nhẹ qua mái chòi. Dưới bầu trời đầy sao, chỉ còn tiếng thở dài lẫn tiếng côn trùng và một nỗi lặng buồn len sâu vào trong 'nóp', nơi hai người lính trẻ chuẩn bị rời khỏi vùng bưng, mang theo cả một đoạn đời khó quên.

Sáng ra, trời phủ mây đen kịt như sắp trút mưa. Võ thức dậy trước, lặng lẽ nhóm bếp nấu một nồi cơm cho hai anh em ăn lót dạ. Cẩn thận hơn mọi khi, anh nấu nhiều hơn thường lệ để dùng luôn cho cả ngày, đề phòng bất trắc trên đường về thành.

Hai anh em đang ăn thì Võ giục Trí:

"Anh chưa cuốn nóp nữa hả?"

Trí ngẩng lên nhìn Võ, bật cười. Thấy cái nóp của Võ đã được cuộn gọn gàng để trên vạt giường, bên trong có quần áo, Trí hỏi:

"Hành trang của mày đó hả?"

Võ há hốc miệng ngạc nhiên, không hiểu sao Trí lại hỏi một chuyện hiển nhiên như vậy. Từ ngày quen nhau, mỗi lần chuyển chỗ ở, cả hai đều cuốn nóp mang theo như thế, có gì lạ đâu. Quả đúng là vậy, không thể trách Võ được. Mà hành lý cũng chẳng có gì ngoài một bộ quần áo, cái bộ dự trữ duy nhất ngoài bộ đang mặc. Hai anh em thường đùa: mỗi đứa chỉ có hai bộ đồ, một bộ "nghiêm" và một bộ "nghỉ", bộ nghiêm đang mặc trên người, còn bộ nghỉ thì cuốn trong nóp.

"Về thành mà mày còn vác cái nóp đó kè kè bên mình, thì đi một mình nghe, đừng có rủ tao theo," Trí đùa.

Võ tròn mắt nhìn Trí, ngơ ngác chưa hiểu. Trí bật cười, giải thích:

"Công an mà thấy cái nóp đó thì chẳng khác nào mày đứng giữa đường mà la lên: 'Lạy ông, tui ở bụi này!'"

Võ đỏ mặt, lúng túng nhìn ra xa, rồi lảng sang chuyện khác:

"Sao giờ này chưa thấy anh Căn ta…"

Mặt trời đã lên quá ngọn tre mà vẫn chưa thấy bóng dáng anh đâu. Giờ hẹn đã trôi qua khá lâu.

Trí bắt đầu thấy bồn chồn. Võ thì đứng ngồi không yên:

"Kỳ ta. Ảnh hứa chắc như đinh đóng cột mà. Sao giờ lại biệt tăm?"

Vừa dứt lời, Võ lại giật mình kêu lên: "Ảnh tới rồi kìa!"

Từ xa, trên con lạch, dáng Căn đang hối hả chèo xuồng tới. Anh bước vào chòi, ngồi phịch xuống, không nói một lời. Trí và Võ đưa mắt nhìn nhau, không ai dám hỏi.

Một lúc sau, Căn mới lên tiếng, giọng khản đặc:

"Thôi, tụi bây đi đi. Tao phải ở lại."

Câu nói rơi xuống như một cú đấm thẳng vào ngực hai người bạn. Trí chết lặng. Võ tròn mắt:

"Sao vậy anh Căn? Tối hôm đó anh còn nói…"

Căn ngước lên. Đôi mắt đỏ hoe ánh lên nỗi đau dồn nén:

"Tối hôm qua tao mới hay tin… Ba tao mất rồi. Chết trong tù."

Không ai nói thêm gì. Chỉ còn tiếng ve rền rĩ từ xa và gió lao xao trên những ngọn cỏ cháy khô.

Ba Căn từng là nhân viên bưu điện, một công chức lâu năm trong chính quyền thực dân. Nhưng không vì thế mà ông dửng dưng với vận nước. Căn thường kể nhà anh từng bị lục soát vì ba anh lén in truyền đơn chống Pháp. Anh không rõ ông còn làm gì khác, chỉ thấy ông thường trầm ngâm, đi sớm về khuya. Gần đây, anh mới hay tin ba mình bị bắt và kết án ba tháng tù. Rồi đêm qua, có người lén đưa tin từ bên ngoài vào: ba anh đã chết trong tù, vì bị tra tấn đến kiệt sức.

Căn siết chặt tay, bâng quơ nói như với chính mình:

"Nếu mình bỏ cuộc, sợ những người như ba tao sẽ chết lần thứ hai. Tao không thể phủi tay lúc này, coi như không có gì xảy ra."

Trí đặt tay lên vai bạn:

"Tôi hiểu. Nhưng anh Căn ơi, ở lại không phải là cách duy nhất để giữ lấy lòng yêu nước."

Căn nhìn bạn, mắt đỏ ngầu:

"Nhưng với tao, đó là cách duy nhất."

Võ ngập ngừng:

"Vậy… từ đây mình chia tay thiệt hả?"

Căn gật nhẹ. Ba người im lặng. Không ai nói lời tạm biệt. Chỉ có những cái siết tay lâu và chặt, như muốn níu giữ chút gì còn lại giữa những chia ly mà không ai mong muốn.

Căn quay lưng bước vội ra bờ lạch, gió thổi ngang mái tóc đã ngả màu. Bóng anh nhỏ dần trên dòng nước hẹp, cho tới khi lẩn khuất bên bìa cánh đồng loang nắng. Trí đứng nhìn theo, lòng nặng trĩu. Anh biết, từ nay mỗi người một ngã, như định mệnh đã an bài.

Trí và Võ ngồi lặng hàng giờ sau khi Căn rời đi. Cú sốc từ quyết định bỏ cuộc của người anh cả trong tổ khiến cả hai như kẻ mất phương hướng. Mấy ngày qua, họ đã âm thầm chuẩn bị cho chuyến trở về thành, bàn bạc từng đường đi nước bước, chờ một cơ hội để thoát ra khỏi vùng bưng biền đầy bất trắc này. Vậy mà giờ đây, đến ngày khởi hành, người anh mà họ tin tưởng nhất lại đột ngột rút lui, để lại một khoảng trống không dễ gì lấp đầy.

Hai anh em bàn tính nhỏ to, phân vân giữa đi và ở. Nhưng sau cùng, lý trí lấn át nỗi sợ, họ vẫn quyết sẽ lên đường về Sài Gòn như đã dự định. Tuy nhiên, trời đã trưa, họ đành dời lại chuyến đi đến ngày hôm sau.

Chiều đến, Căn bất ngờ quay lại. Trí và Võ mừng rỡ như gặp lại người thân thất lạc đã lâu. Cả hai cùng nghĩ rằng Căn đã đổi ý, cuối cùng vẫn không nỡ bỏ rơi anh em mà cùng về Sài Gòn với họ. Nhưng niềm vui ấy chưa kịp nở trọn đã lập tức tan biến khi Căn lặng lẽ nhìn Trí nói:

"Ở trên mới điều tra ra vụ mầy bị tập kích hôm trước… là do có nội gián."

Không khí trong chòi như đặc quánh lại. Trí trố mắt nhìn Căn dò hỏi.

"Thằng Tánh đó," Căn nói chậm rãi, từng chữ như xé vào tim Trí.

"Tánh? Em ruột của Hoa," Trí hỏi.

Anh không tin vào tai mình. Tánh, thằng nhỏ vui vẻ ngày nào, vẫn thường đem cơm nước tiếp tế cho anh, vẫn gọi anh bằng "anh Trí," vẫn từng dẫn anh trốn khi có giặc, làm sao lại có thể?

"Không thể nào…" Trí lắc đầu, giọng nghẹn lại.

Anh Căn nhìn Trí, giọng buồn rầu:

"Không ai muốn tin hết. Nhưng mấy năm mất mùa vừa rồi, dân vùng này sống khổ lắm, ai cũng phải bươn chải đi nơi khác kiếm cơm. Tánh cũng vậy. Có lúc nó lên Sài Gòn, nhưng phần lớn thời gian ở bên nhà dì nó ở Lấp Vò. Mà chỗ đó thì… ai cũng biết, là đất địa của một lực lượng võ trang khác. Mà bên đó thì đâu có đội trời chung với bên này."

Trí chợt hiểu, lắc đầu than thở, "Nó non lòng nhẹ dạ bị người ta mua chuộc."

Nhưng điều kinh hoàng chưa dừng lại ở đó. Căn hạ giọng căn dặn,

"Trên đã có lệnh. Trí phải thanh toán thằng Tánh… để trừ hậu hoạn."

Trí ngồi chết trân. Anh chưa từng giết người. Và nếu có phải giết, thì người đó không thể là Tánh, lại càng không thể là em của người con gái mà anh từng thương quý nhất đời.

Sau khi anh Căn rời đi, Võ nắm chặt tay Trí. Không cần nói ra, cả hai đều biết: giờ không còn lựa chọn nào khác. Họ xuất hành ngay đêm đó.

Chỉ mang theo những gì gọn nhẹ nhất, hai anh em rời chòi, len lỏi giữa những lùm sậy và rạch nước đen ngòm, bỏ lại sau lưng một vùng trời từng là nơi khởi đầu cho lý tưởng. Mỗi bước đi là một nhịp đập dồn dập trong lồng ngực, vừa lo sợ, vừa tiếc nuối, nhưng trên hết là nỗi đau âm thầm, vì biết rằng từ nay họ không thể nào quay lại.

Trước mắt họ, một chân trời khác đang mở ra. Sài Gòn, một thành phố từng quen thuộc nhưng giờ đã đổi thay, trở thành trung tâm quyền lực của một thể chế mới đang hình thành ở miền Nam. Tự thân nội bộ đã chia năm xẻ bảy, lại còn phải đương đầu với miền Bắc, nên sự nghi kỵ đối với những người từng theo kháng chiến chống Pháp trở về như anh em Trí và Võ là điều khó tránh.

Nỗi lo lớn nhất trong đầu Trí không phải chuyện miếng cơm manh áo, mà là câu hỏi âm ỉ: liệu có cánh cửa nào mở ra cho họ hội nhập và tồn tại trong xã hội mới, hay họ sẽ chỉ là những kẻ bên lề?

3. Những kẻ bên lề

Sau nhiều ngày băng đồng vượt sông, qua bao hiểm nguy, rốt cuộc Trí và Võ cũng đặt chân trở lại Sài Gòn. Nhưng đúng như Trí từng lo ngại, sự trở về không hề mở ra một khởi đầu êm ả.

Ngày đầu tiên, Võ được gia đình mừng rỡ đón tiếp. Má anh ôm chầm lấy con, đôi vai run rẩy, nước mắt lăn dài mà chẳng nói thành lời. Nhưng niềm vui ấy ngắn ngủi như một giấc mộng ban trưa. Chỉ một ngày sau, khi trời còn mờ sương, công an đã ập đến gõ cửa, lôi anh đi "thẩm vấn."

Họ dồn dập tra hỏi: suốt mấy năm qua anh ở đâu, làm gì, vì cớ gì lại quay về Sài Gòn đúng lúc này. Mọi câu trả lời, dù chân thành đến mấy, đều bị soi xét, vặn vẹo. Những trận đòn bất ngờ, những lời cáo buộc lấp lửng khiến Võ choáng váng. Trong mắt nhà chức trách, ranh giới giữa một người kháng chiến trở về thành vì "hết giặc" và một kẻ trà trộn để phá hoại mỏng manh như tờ giấy, có thể bị xé bỏ bất cứ lúc nào.

Chuyện xảy ra với Võ không phải là ngoại lệ. Sau khi Việt Nam giành độc lập từ tay người Pháp, nhiều người Sài Gòn từng "vô khu" tham gia kháng chiến lần lượt trở về nguyên quán. Có người vì hoàn cảnh gia đình, có người vì bất đồng lý tưởng, không muốn tập kết ra Bắc theo lực lượng Việt Minh. Nhưng khi trở lại Sài Gòn, họ thường rơi vào cảnh bị nghi kỵ và trù dập từ cả hai phía: chính quyền Quốc gia ở miền Nam và Cộng sản miền Bắc. Chính những sự kìm kẹp ấy đã đẩy nhiều số phận vào bi kịch éo le như trường hợp của Võ.

Những ngày trong tù, Võ thấy mình thật sự lạc lõng giữa một Sài Gòn đã đổi thay. Niềm vui đoàn tụ chưa kịp thắp sáng thì đã vụt tắt, để lại trong anh nỗi lo âu mơ hồ: ngày mai sẽ là tự do hay ngục tối? Và liệu còn con đường nào cho một người như anh trở về đời sống bình thường, giản dị như ba anh, sáng chiều đạp xe chở khách kiếm tiền nuôi vợ con qua ngày?

Trong khi đó, Trí vẫn còn được tự do, ít nhất là trên danh nghĩa. Nhưng anh thừa hiểu mình cũng đang nằm trong tầm ngắm của công an địa phương. Sự tự do tạm bợ ấy có được phần lớn nhờ tiền bạc của gia đình và thế lực của dòng họ. Cha của Trí, sau khi tốt nghiệp Luật tại Đại học Đông Dương ở Hà Nội, trở về Sài Gòn từng giữ một số chức vụ cao cấp trong chính quyền. Mẹ anh là con gái một ông Đốc Phủ Sứ, một trong những chức vụ hành chính cao nhất mà người Pháp cho người Việt năm giữ.

Từ ngày Trí bỏ nhà theo kháng chiến, công an đã nhiều lần tìm đến hỏi thăm vì những hoạt động trong phong trào sinh viên-học sinh trước đó của anh. May thay, cha Trí đã khéo liệu sẵn một câu trả lời: rằng ở Sài Gòn bất ổn quá, cha mẹ lo con cái bị ảnh hưởng đến việc học hành nên đã đưa Trí về quê nội cho yên tĩnh, mang theo vài quyển sách để tự học, chờ khi tình hình lắng dịu mới trở lại.

Sau hai năm xa rời thành phố, ngày trở về Sài Gòn, Trí như kẻ lạc lõng ngay trên chính quê hương mình. Quãng đời gian khổ trong vùng kháng chiến đã cắt ngang con đường học vấn vốn đang rộng mở, đưa anh vào tình thế dở dang, nửa thầy nửa thợ. Bằng cấp không có, kinh nghiệm chuyên ngành cũng không, trong khi xã hội đang thay da đổi thịt từng ngày sau những biến đổi chấn động của thời cuộc. Bạn bè cùng trang lứa, kẻ đã tốt nghiệp, người đã yên ổn công việc, chỉ riêng Trí còn loay hoay tìm một chỗ đứng cho mình, mà ngay cả điểm khởi đầu cũng chưa biết từ đâu.

Đúng lúc tưởng chừng vô vọng, một cơ hội bất ngờ đến từ cha anh. Nhờ mối giao tình cũ, ông liên lạc lại với một người bạn thân thời sinh viên, nay là hiệu trưởng một trường trung học tư thục mới thành lập sau chuyến du học Pháp. Vị hiệu trưởng, vốn trọng nghĩa tình và cũng dành thiện cảm cho quá khứ kháng chiến của Trí, đã nhận lời cho anh dạy môn Pháp văn. Dù chưa có chứng chỉ sư phạm, Trí vẫn được xem là người có trình độ xứng đáng, nhờ vốn liếng tiếng Pháp vững chắc từ những năm trung học Petrus Ký và hai năm học Luật.

Ngày đầu tiên đứng lớp, Trí bối rối như học trò đi thi. Những ánh mắt tò mò của học sinh khiến anh vừa hồi hộp vừa xúc động. Anh hít một hơi thật sâu, mở sách ra và cất giọng giảng, chợt nhận ra bao kiến thức tưởng như đã vùi lấp trong những năm tháng bưng biền nay lại sống dậy, sáng rõ đến lạ thường.

Trên đường về nhà, bước chân anh nhẹ hẳn, khóe môi thoáng nụ cười. Anh thầm nghĩ, có lẽ những buổi "thuyết giảng" cho Võ nơi căn chòi giữa đầm lầy trước đây đã vô tình rèn luyện cho anh hôm nay, như một sự chuẩn bị không ngờ trước cho giây phút đứng trên bục giảng hôm nay.

Công việc giảng dạy tuy khiêm tốn nhưng đã giúp Trí phần nào lấy lại được tự tin. Dạy học không chỉ là kế sinh nhai, mà còn là cơ hội để anh làm quen với đời sống thành thị một lần nữa, và có dịp truyền đạt lại những gì anh từng học được, từng trải qua, cho thế hệ học trò hậu chiến đang bước vào một thế giới đầy thay đổi. Chính từ bục giảng này, một cánh cửa mới dần hé mở cho Trí, đưa anh vào những khúc quanh mới trong cuộc đời.

Có việc làm ổn định, Trí như người vừa tỉnh giấc sau một cơn mê dài, bỡ ngỡ trước nhịp sống hối hả của thành phố và choáng ngợp trước những biến đổi đến ngỡ ngàng. Anh lặng lẽ khép kín quá khứ, giang tay đón nhận hiện tại, dù vẫn thận trọng dè dặt ánh mắt nghi kỵ của chính quyền đối với những ai từng tham gia kháng chiến chống Pháp như anh. Nhưng dù giữa bộn bề lo toan cơm áo, và giữa những nỗi ám ảnh về an toàn cho bản thân và gia đình, trong tim Trí vẫn còn một khoảng trống âm ỉ không gì khỏa lấp được. Đó là nỗi nhớ Hoa.

Đêm đêm, anh thường trằn trọc nằm nhìn trần nhà, hình ảnh nàng lại hiện về, khi là dáng lưng gầy chèo xuồng giữa đám lục bình trôi, khi là tiếng cười thánh thót bên khung cửi dưới mái hiên đầy nắng. Anh tự nhủ, nếu mọi việc suôn sẻ, nếu có thể thu xếp ổn định cuộc sống và vượt qua được sự giám sát chặt chẽ từ phía chính quyền, anh sẽ xin phép cha mẹ để cưới nàng. Anh biết rõ mình yêu Hoa không chỉ bằng trái tim của một người đàn ông, mà còn bằng niềm kính trọng, biết ơn, và cả một lời hứa âm thầm với chính lương tâm mình.

Nhưng vấn đề nan giải trước mắt là: làm sao để liên lạc với nàng? Con đường về lại làng cũ giờ đây không còn an toàn, không chỉ cho anh mà còn có thể gây liên lụy đến cả Hoa và gia đình nàng đối với những người phía bên kia. Bóng dáng quen thuộc ấy, chỉ cách một miền quê, mà sao giờ xa vời như bên kia bờ thế giới.

Sáu tháng sau ngày trở lại Sài Gòn, cuộc sống của Trí mới tạm gọi là đi vào nề nếp. Những buổi đứng lớp dạy Pháp văn không chỉ giúp anh ổn định sinh kế, mà còn phần nào xoa dịu những băn khoăn về tương lai. Nhưng khi bản thân đã tạm yên, trong thâm tâm Trí lại day dứt về người bạn thân từng cùng mình vào sinh ra tử nơi chiến khu. Nghĩ đến Võ, anh không khỏi chạnh lòng.

Thế nhưng, việc tìm gặp nhau không hề đơn giản. Cả hai đều từng là đối tượng bị công an theo dõi sát sao, nên dù chỉ là một cuộc thăm hỏi cũng có thể gây hệ lụy. Bởi vậy, Trí đành nén lòng, tránh để lộ bất cứ manh mối nào. Sự xa cách không mong muốn ấy càng khiến nỗi nhớ bạn thêm nặng nề, như một món nợ tình nghĩa chưa thể trả.

Ngay khi có thể thu xếp được thời gian, Trí bắt đầu dò hỏi khắp nơi, mong tìm lại tung tích của Võ. Nhưng cha mẹ Võ đã dọn về quê: phần vì cha anh đã già yếu, không thể tiếp tục mưu sinh bằng nghề đạp xích lô; phần khác vì họ không chịu nổi áp lực vô hình từ sự rình rập, theo dõi của chính quyền.

Không ngờ, tin tức đầu tiên Trí nhận được, từ một bác phu xe vốn là bạn quen của ba anh, lại như một nhát dao lạnh: Võ đã bị bắt giam ngay sau ngày trở về thành. Tội danh chính thức thì chẳng ai biết rõ, chỉ nghe đồn là "bị tình nghi hoạt động nội thành".

Không chần chừ, Trí lập tức tìm đến ba mình nhờ giúp đỡ. Tuy ba anh không còn nắm giữ chức vụ quan trọng như thời trước, nhưng vẫn còn ít nhiều ảnh hưởng trong giới công chức. Sau nhiều ngày ngược xuôi và vận động ngầm, ông tìm cách liên lạc với người quen cũ trong ngành tư pháp và cảnh sát. Cuối cùng, sau gần một tháng, Võ được trả tự do.

Ngày Võ ra khỏi khám Chí Hòa, Trí là người đón anh trước cổng trại. Nhìn người bạn gầy gộc, mắt trũng sâu, áo quần xộc xệch, Trí nghẹn ngào không nói nên lời. Võ chỉ cười gượng, vỗ vai bạn:

"Còn sống là hên rồi. Anh khỏi lo."

Nhưng khi trở về, mọi thứ đã không còn như xưa. Cha mẹ không còn ở lại, mái nhà cũ cũng không. May nhờ Trí giúp, Võ tìm được một căn nhà lá nhỏ gần xóm cũ. Từ đó, anh mướn một chiếc xích lô cũ kỹ, nối nghiệp cha mà đạp xe rong ruổi khắp nẻo Sài Gòn kiếm sống qua ngày. Anh cố giữ nếp sống lặng lẽ, nhưng tai mắt công an vẫn luôn rình rập. Với quá khứ từng đi kháng chiến, lại từng bị bắt giam, dẫu đã được thả, Võ vẫn bị xếp vào thành phần cần theo dõi. Mỗi lần bị gọi lên bót "làm việc", anh chỉ còn biết cắn răng chịu đựng. Cuộc sống của Võ dần trở thành một vòng luẩn quẩn không lối thoát, mà anh cũng không thể chia sẻ cùng ai. Ngay cả với Trí, người bạn tri kỷ, anh cũng tránh mặt, sợ liên lụy cho bạn.

Trí hiểu rõ những điều đó. Anh không ngừng trăn trở, tìm cách kéo Võ ra khỏi cảnh sống nửa như người, nửa như bóng. Sau nhiều lần năn nỉ, cuối cùng ba anh cũng xiêu lòng. Một buổi chiều cuối năm, ông cho gọi Trí lên, đưa một tờ giấy nhỏ viết tay và nói:

"Đưa cái thơ tay này cho bạn con, kêu nó đến gặp và trao cho ông Quản thủ Thư Viện Quốc Gia."

Chẳng bao lâu sau, Võ chính thức được nhận vào làm lao công trong thư viện, nơi ba Trí từng giữ chức quản thủ trước kia. Công việc tuy đơn giản, như quét dọn phòng đọc, lau chùi kệ sách, phụ khiêng sách mới nhập về kho, nhưng ít ra cũng giúp Võ tạm thoát khỏi những ánh mắt dò xét ngoài đường phố. Hơn hết, đó là một nơi yên tĩnh, nơi Võ có thể sống bình lặng, tránh xa những giông gió từng cuốn anh vào vòng xoáy thời cuộc.

Trong khoảng thời gian làm lao công tại Thư Viện Quốc Gia, Võ bắt đầu khám phá một thế giới mà trước đây anh chỉ nghe Trí nhắc đến như những chuyện kể lạ lùng từ một hành tinh xa xôi. Vốn là người ít học, chữ nghĩa không nhiều, nhưng Võ lại có cách cảm nhận rất riêng. Anh diễn đạt mộc mạc, giản dị, nhưng không kém phần sinh động và chân thành, như chính con người anh vậy. Nhờ chút tiếng Pháp lận lưng mà Trí truyền đạt cho anh ngày còn ở chiến khu, Võ dần dà bước vào thế giới sách vở một cách tự nhiên, như thể vô tình mà tìm ra một lối đi mới trong đời.

Ban đầu, anh chỉ tò mò nhìn lướt qua vài trang sách rơi rãi trong lúc quét dọn. Nhưng rồi, những dòng chữ tưởng chừng khô khan ấy lại dần dần hút lấy anh, như dòng nước lặng lẽ nhưng có sức xoáy ngầm rất mạnh. Những câu chuyện ngụ ngôn Pháp ngày nào Trí từng kể trong căn chòi lá, như chuyện con cáo với chùm nho hay con quạ với miếng phó mát, giờ đây hiện ra trước mắt Võ trên chính những trang giấy ố vàng của tủ sách cũ. Anh bỗng thấy lòng rạo rực như đứa trẻ lần đầu chạm vào điều cấm kỵ: vừa e dè, vừa mê say.

Nếu như trước kia, mỗi lần nghe Trí giảng giải về những triết lý xa lạ như "tự do – bình đẳng – bác ái", hay nhắc đến Rousseau, Voltaire, Descartes, Võ chỉ hiểu loáng thoáng, như kẻ đứng ngoài nghe chuyện thiên hạ; thì giờ đây, nhờ những tháng ngày lặng lẽ trong thư viện, anh đã có dịp nghiền ngẫm kỹ hơn. Dẫu chỉ bằng trực giác, anh vẫn cảm nhận được cái thâm thúy trong kho tàng túi khôn của nhân loại, và không khỏi thán phục tầm học thuật của xứ người. Từ đó, anh say sưa tìm đọc: từ sách giáo khoa cũ, những tờ báo thời tiền chiến, cho đến các bản dịch học thuật dày cộm từ Pháp ngữ sang Quốc ngữ. Tất cả trở thành những viên gạch quý, mà anh kiên nhẫn gom góp từng ngày, vô tình dựng nên một nền tảng tri thức mới cho chính mình.

Sách đối với Võ không còn là vật xa lạ, mà dần trở thành bạn đường. Mỗi giờ nghỉ trưa, mỗi lúc vắng người, Võ lại lặng lẽ ngồi bên một góc bàn đọc sách, dán mắt vào từng câu chữ, môi khẽ mấp máy như muốn nếm từng ý tưởng. Anh bắt đầu ghi chép, học thêm ngữ vựng, tra nghĩa trong những cuốn tự điển cũ kỹ nằm im lìm trên kệ thời gian.

Chính những khoảnh khắc âm thầm ấy, từng bước một dẫn dắt anh vào cuộc hành trình mới, không súng đạn, không khẩu hiệu, chỉ có ánh sáng dẫn đường của lý trí. Một cuộc hành trình khám phá chân lý và bản thân mà Võ chưa từng hình dung đến, nhưng giờ đây đang diễn ra mỗi ngày.

4. Vui lòng mẹ cha

Ngay khi cuộc sống tạm ổn định ở Sài Gòn, nỗi nhớ Hoa lại trỗi dậy trong Trí, không theo giờ giấc, chẳng theo hoàn cảnh, mà len lỏi như một sợi dây vô hình siết dần vào lòng anh. Ngồi một mình ở quán cà phê vỉa hè, mắt dõi ra mặt đường nhựa loang loáng hơi nắng, anh bỗng thấy hiện về cánh đồng khô nứt nẻ ngày hạn và bóng dáng người con gái lao tới cứu anh trong giây phút hiểm nguy. Anh bàng hoàng nhận ra bụi thời gian có thể đẩy lùi quá khứ nhưng không hề làm phai nhạt hình bóng người xưa.

Có đôi khi, Võ bắt gặp Trí ngồi lặng thinh, ánh mắt lạc vào khoảng xanh của những tàng cây bên đường. Biết bạn mình đang thả hồn về một nơi xa lắc, Võ thường cố pha trò để xua đi cái không khí trĩu nặng:

"Không biết cô thôn nữ ngày xưa còn ngồi chờ ông trí thức về rước, hay đã theo anh nông dân nào rồi?"

Trí chỉ cười gượng, nhưng nụ cười ấy cũng mau chóng tắt đi. Câu đùa hóm hỉnh của bạn lại chạm đúng nỗi thao thức bấy lâu. Anh vừa thấy lòng ấm lại vì có người hiểu được mình, vừa thấy se sắt như bị ai khơi trúng vết thương chưa lành. Nỗi nhớ Hoa không chỉ là một kỷ niệm dịu dàng, mà còn là một câu hỏi treo lơ lửng giữa trời: nàng bây giờ ra sao? liệu có còn nhớ đến anh?

Nhưng con đường tìm đến Hoa chẳng dễ dàng. Từ khi rời bỏ chiến khu, anh đã bị những người "bên kia" xem như kẻ phản bội, ít ra cũng là kẻ đã quay lưng với anh em một thuở. Với thân phận ấy, trở về miền quê cũ để tìm Hoa là chuyện không thể nào. Trong khi ở giữa thành phố phồn hoa mà đầy nghi kỵ này, mỗi bước đi tìm lại dấu vết nàng cũng là một mạo hiểm không kém, chẳng khác nào tự phơi mình giữa ngàn con mắt đang rình rập.

Mãi đến khi Võ quen được một nhóm phu xe xích lô từ các tỉnh miền Tây mới tràn lên Sài Gòn kiếm sống, một tia hy vọng mong manh mới lóe lên. Trong số họ, tình cờ có một người đến từ làng lân cận quê Hoa. Võ mừng rỡ kéo anh ta ra một góc quán nước, gợi chuyện cũ, rồi rào đón năm ba câu mới dám hỏi thăm tình hình về Hoa.

Sau đó, Trí cẩn trọng viết một lá thư ngắn, nhờ anh phu xe mang về trao lại cho Hoa khi anh có dịp. Trong thư, Trí không dám nói nhiều, chỉ kể sơ qua về hoàn cảnh hiện tại, hỏi thăm sức khỏe nàng và gia đình, và khẩn thiết mong được một tin hồi âm.

Trí và Võ kiên nhẫn chờ đợi, mong đến dịp anh phu xe về quê ăn Tết để đưa lá thư. Rồi lại thêm một lá thư khác, gửi theo những chuyến anh ta về thăm vợ con. Cứ thế, hết một cái Tết rồi lại qua mùa mưa, mà vẫn không một tin tức hồi đáp. Sau mỗi lần nhận lại cái lắc đầu, Trí càng nặng trĩu trong lòng. Người phu xích lô chỉ bùi ngùi:

"Tui có ghé ngang đưa thơ. Nhưng hình như cổ cố tránh mặt. Mẹ cổ thì lạ lắm, thấy tôi là chỉ buồn buồn, không nói một lời."

Trí bắt đầu lo, rồi tuyệt vọng, rồi lại bấu víu vào một tia hy vọng mỏng manh. Mỗi lần gửi đi một lá thư, anh đều tự nhủ: "lần này chắc nàng sẽ hồi âm". Nhưng rồi chỉ nhận lại cái lắc đầu bất lực của anh phu xe, để rồi rơi vào một vòng luẩn quẩn giữa mong đợi và hụt hẫng.

Cho đến một buổi chiều sau hai cái Tết trôi qua, khi ngồi bên ly trà nguội, người phu xe bỗng ngập ngừng. Ánh mắt anh dán chặt xuống đất, đôi môi mấp máy từng chữ, như sợ rằng chỉ cần thốt ra thôi cũng đủ để làm tổn thương người đối diện:

"Nghe người ta đồn… cô Hoa nói anh là người đã giết em trai cổ."

Trí chết lặng. Cả không gian quanh anh như khép lại, chỉ còn vang dội hai chữ "Tại sao?" trong đầu. Anh nhíu mày, cố giữ bình tĩnh, nhưng tâm trí rối bời. Trong khoảnh khắc ấy, Trí chợt thấu hiểu: việc anh đột ngột rời làng không một lời từ giã, lại trùng với cái chết của Tánh, đã gieo vào lòng Hoa và gia đình nàng niềm nghi hoặc cay nghiệt ấy.

Trí ngồi lặng rất lâu sau khi người phu xích lô khuất bóng. Thực tế dần ngấm vào tim, khiến anh nhận ra khoảng cách giữa anh và Hoa không còn chỉ đo bằng những dặm đường xa xôi, mà đã hóa thành một vực thẳm hiểu lầm khó lòng san lấp. Vực thẳm ấy sâu đến mức có thể vĩnh viễn vùi lấp tất cả những điều tốt đẹp hai người từng chắt chiu cho nhau.

Nỗi oan bị nghi ngờ, cộng với niềm thương nhớ đã âm ỉ suốt bao ngày tháng, dồn nén trong lồng ngực Trí như một sức nặng khôn cưỡng. Tình yêu từng kiên cường vượt qua bom đạn, từng được anh tin tưởng có thể chịu đựng cả những năm dài chỉ sống bằng ký ức, giờ lại có nguy cơ gãy đổ bởi một hiểu lầm cay nghiệt.

Từ hôm ấy, Trí như khép chặt một cánh cửa trong lòng. Anh không kể với ai về nỗi oan ức kia, ngoài Võ. Ra ngoài, anh cố giữ vẻ bình thản; ban ngày vùi mình vào việc giảng dạy ở trường, tối đến lại lặng lẽ đọc sách trong căn phòng nhỏ, sống như một chiếc bóng tách biệt khỏi thế giới xung quanh.

Võ thấu rõ tâm trạng bạn mình. Thấy Trí cứ thu mình lại như muốn chôn vùi một quá khứ chỉ riêng anh gánh giữ, Võ thường tìm đủ cách pha trò, hoặc rủ anh ra ngoài cho khuây khỏa. Điều quan trọng hơn cả, anh mong Trí sớm mở lòng với một người con gái khác. Thế nhưng, mỗi lần nghe bạn bóng gió nhắc đến mấy cô gái thành thị, chuyện quen biết hay mai mối, Trí chỉ khẽ cười nhạt rồi lặng lẽ bỏ qua.

Mẹ Trí thì không dễ dàng bỏ qua như vậy. Bà bắt đầu thúc giục, giọng vừa trách móc vừa than thở:

"Con cũng lớn rồi. Nhìn chung quanh coi, bạn bè người ta đứa nào cũng đã yên bề gia thất…"

Ban đầu Trí chỉ ậm ừ cho qua chuyện, nhưng đến lần thứ ba thứ tư, khi mẹ nói có người bà con bên nhà một cô gái tên Phượng muốn mời Trí cùng đi chơi biển Vũng Tàu một chuyến cho "hai bên biết mặt nhau," anh đành miễn cưỡng nhận lời. Một phần vì không muốn mẹ buồn, phần khác vì chính anh cũng không chắc mình còn có thể trông đợi gì nơi Hoa nữa.

Phượng là một cô gái trẻ trung, xinh xắn, vừa tốt nghiệp trung học chương trình Pháp. Lời ăn tiếng nói của nàng lúc nào cũng xen lẫn tiếng Việt với tiếng Tây, khiến Trí đôi khi phải chau mày. Nàng cười khúc khích rất "thành phố," mê thơ Verlaine. Chiều nay, trên bãi biển, nàng mặc chiếc áo sơ-mi trắng với váy xòe màu tươi nhạt, đầu đội chiếc nón rộng vành, dáng đi ung dung trong gió.

"Anh Trí, anh thấy biển Vũng Tàu có giống Nice không?" nàng hỏi, mắt lấp lánh. "Hồi petite em nghe madame cô giáo có kể mấy bãi biển ở Nice bên Pháp rất đẹp."

Trí chưa kịp trả lời. Phượng, ngồi thẳng lưng dưới tán dù, tay cầm ly soda chanh, hỏi tiếp:

"Em nghe 'măn' nói lúc trước anh sống ở đâu đó hả? Trong rừng phải không? Hay là… trong cái gì mà mấy người hay gọi là chiến khu đó?"

Trí gật đầu, cố nén tiếng thở dài:

"Ừ, rừng cũng có. Nhưng chủ yếu là bưng biền."

Phượng nhíu mày, nghiêng đầu, ngơ ngác hỏi:

"Qu'est-ce que c'est 'bưng biền'?"

Nói xong cô tự bật cười.

Trí khẻ nhoẻn môi:

"Bưng là vùng trũng, nhiều lau sậy, nước ngập quanh năm..."

Phượng thắc mắc:

"Vậy anh phải ở nhà cao hả?"

Nghĩ rằng có lẽ Phượng muốn nói đến nhà sàn, Trí vội lắc đầu,

"Không, tụi anh ở trong mấy cái chòi nhỏ trên mấy gò đất."

Phượng:

"Qu'est-ce que c'est 'chòi'? Giống bungalow hả?"

Trí mím môi, nhìn ra biển, rồi quay lại,

"Không... nó dạng như một cái nhà lợp bằng lá dừa, rất nhỏ, không cửa nẽo, và thường không có vật dụng gì bên trong.

Phượng thắc mắc:

"Vậy anh ngủ ở đâu?"

"Ban đêm phải ngủ trong nóp," Trí trả lời cho qua.

"Trời đất ơi. Qu'est-ce que c'est 'nóp'?

Trí gật gù, cố nén cười:

"Là cái bao ngủ bằng tấm đệm, kết lại như cái kén. Vừa chống muỗi, vừa dễ cuốn lại đem theo bên mình khi cần."

Phượng kêu khẽ:

"Mon Dieu... thiệt là 'exotique'! Em mà sống như vậy chắc ba ngày là... chết!"

Trí chợt theo phản xạ, khẽ lắc đầu nhìn ra hướng biển.

Phượng liền biện bạch, giọng nửa đùa nửa thật:

"Ồ, anh đừng hiểu lầm, không phải em chê anh 'nhaque' đâu nha, em chỉ tò mò thôi mà. Dù sao, bây giờ thì anh sạch sẽ, thơm tho rồi, ai mà ngờ anh mới từ 'bưng' ra!"

Chữ 'nhaque' mà Phượng dùng thực ra là tiếng Việt, 'nhà quê', đã bị Pháp hóa. Ngay cả giới thực dân Pháp cũng hay dùng, để ám chỉ những người mộc mạc, thiếu tinh tế, với ý chê bai người ta là "kẻ nhà quê".

Trí gượng cười, lịch sự đáp vài câu, nhưng lòng lại chùng xuống khi nghĩ đến Hoa, người con gái xưa từng gói cơm vắt bằng lá chuối, từng lội đồng khô chân rớm máu chỉ để cứu anh. Giọng nói, nụ cười của Phượng dường như ở một thế giới khác, bóng bẩy, vui tươi, nhưng thiếu cái chân tình mộc mạc mà anh hằng trân quý.

Trong khi mọi người thỏa thích tắm biển, cười đùa dưới nắng vàng rực rỡ của Vũng Tàu, Trí lặng lẽ bước dọc bờ cát, hai tay đút túi quần, ánh mắt dõi về phía chân trời xa. Những bước chân anh vô tình giẫm lên những miếng vỏ sò lẫn trong cát, sắc cạnh và lạo xạo, bất giác gợi lại hình ảnh những vết nứt khô cằn trên cánh đồng hạn thuở nào, nơi Hoa đã từng bươn bả lao đến, vừa xua tay vừa gọi anh trốn đi trong giây phút hiểm nguy kề cận.

Anh tự hỏi, có thể nào quên? Hay sẽ mãi sống với một hình bóng không bao giờ trở lại?

Chuyến đi này càng khiến anh thấy rõ: giữa anh và Phượng là một khoảng cách không thể lấp đầy. Cái giọng nửa Tây nửa ta, cái cách nói chuyện lúc nào cũng xen tiếng Pháp của nàng, ban đầu thì lạ tai, nhưng chỉ một buổi trưa bên biển đã đủ làm anh mệt mỏi. Trí dứt khoát từ chối mọi toan tính hôn nhân mà gia đình Phượng và mẹ anh đã ngầm sắp đặt.

Những tưởng đã được yên thân, nhưng chỉ vài tháng sau, một áp lực mới lại ập đến với Trí. Lần này, mẹ anh không còn dừng ở lời khuyên nhủ mà gần như hạ lệnh. Người bà nhắm đến là Thiên Hương, cháu ngoại một Đốc Phủ Sứ, gia thế hiển hách, môn đăng hộ đối, và trên hết lại rất hợp nhãn bà. Trí chỉ biết lặng lẽ lắng nghe, vì hiểu rõ rằng lần này, từ chối sẽ khó khăn hơn nhiều so với trước.

Những ngày sau đó, Trí sống trong cảnh bị ràng buộc đủ điều. Mẹ thì luôn nhắc nhở, ánh mắt dò xét không rời. Ông bà, cô dì chú bác cũng lần lượt khuyên can, bóng gió rằng anh đừng phụ lòng cha mẹ. Mỗi lần bước chân về nhà, Trí thấy mình như không còn được quyền quyết định, mà chỉ là người phải làm theo một kịch bản sẵn có.

Anh vẫn nhớ đến Hoa, nhưng ký ức ấy ngày một xa vời, mơ hồ như một giấc chiêm bao. Tin tức nàng bặt tăm, những lá thư gởi đi không bao giờ có hồi âm. Trong sâu thẳm, Trí lo sợ mình sẽ cứ đứng mãi một chỗ, chờ đợi điều không bao giờ trở lại, để rồi bỏ lỡ cả những bổn phận gia đình đang trông cậy.

Mẹ anh nhắc đi nhắc lại chuyện tuổi tác, danh dự dòng họ, và "cơ hội ngàn vàng" khi kết thông gia với đại gia đình Đốc Phủ Sứ. Bà nói đến công việc ổn định, mối giao thiệp rộng mở, và cả mong mỏi của ông bà nội được yên lòng khi tuổi đã xế chiều. Những lý lẽ ấy, lặp đi lặp lại ngày này qua ngày khác, dần bào mòn ý chí kháng cự của Trí.

Anh tự nhủ, có lẽ đó là cách không tránh khỏi để làm tròn chữ hiếu, còn những điều sâu kín thì đành chỉ giữ trong tim. Và thế là Trí gật đầu, một cái gật đầu không mang theo niềm vui, mà chỉ như một tiếng thở dài chấp nhận.

Đêm trước lễ đính hôn, Trí ngồi một mình bên bàn, ngọn đèn vàng hắt bóng anh xuống mặt gỗ nhẵn. Ngoài kia, phố xá Sài Gòn vẫn ồn ào, đối diện với bản thân, trong lòng anh chỉ còn một khoảng lặng yên nặng trĩu. Anh biết, khi đã bước qua ngưỡng cửa hôn nhân, mọi chuyện cũ, dù đẹp đến đâu, cũng nên được cất sâu vào một ngăn ký ức.

Trí không tự dối mình rằng có thể quên Hoa, nhưng anh chọn sẽ không để quá khứ ấy len vào đời sống mới. Một phần vì muốn tự giải thoát khỏi những dằn vặt vô ích, phần lớn hơn vì anh vốn coi trọng đạo lý. Đã là vợ chồng thì phải trọn nghĩa trọn tình; anh không muốn biến mình thành kẻ lỗi đạo với người sẽ cùng anh đi suốt quãng đời còn lại.

Anh đứng dậy, khẽ mở cửa sổ. Gió đêm ùa vào, mang theo tiếng động mơ hồ của thành phố. Trong khoảng tối mênh mang, ánh đèn đường xa xa chập chờn như mang theo ký ức về Hoa. Anh vội khép cánh cửa sau lưng, khép lại bến bờ của những ngày cũ. Lòng thả theo một con thuyền xuôi dòng, rời bến mơ để đi về phía trước, anh khẽ nhẩm:

"Sóng gợn tràng giang buồn điệp điệp
Con thuyền xuôi mái nước song song."

("Tràng giang"; Huy Cận)

5. Ngỡ ngàng

Dù đã có gia đình, cái thú đọc sách mướn vẫn chưa bao giờ rời bỏ Trí. Trưa hôm đó, sau giờ dạy học anh ghé vào một tiệm sách cũ nơi góc phố quen, để thuê vài tập truyện đọc giải khuây. Những kệ gỗ xỉn màu, và mùi giấy cũ lẫn mùi mực mới như luôn chứa đựng những huyền thoại, những mãnh đời, những bí mật của loài người, của vũ trụ, đang chờ đợi anh khám phá.

Anh còn đang loay hoay lựa giữa những bìa truyện in lem nhem màu mực thì chợt nghe tiếng gọi khẽ phía sau. Quay lại, Trí nhận ra Quý, người bạn học thuở nào. Mái tóc điểm bạc, dáng người gầy đi, nhưng ánh mắt và nụ cười vẫn là của cậu học trò năm xưa. Trong thoáng chốc, cả hai như sững lại, không tin nổi vào sự trùng phùng bất ngờ. Rồi chẳng cần lời giải thích dài dòng, họ cùng òa ra niềm vui như thể vừa tìm lại một mảnh tuổi trẻ đã thất lạc đâu đó giữa những nếp thời gian.

Không hẹn mà nên, cả hai rủ nhau bước ra khỏi tiệm, men theo con đường cái rợp nắng để tìm một quán cà phê vỉa hè tán ngẫu. Ngay đầu hẻm, dưới tàng phượng vĩ xòe bóng giữa buổi trưa gay gắt, họ ngồi đối diện nhau bên chiếc bàn gỗ thấp, cũ kỹ, như vừa nhô lên khỏi lớp bụi thời gian. Ngay bên kia đường là Trường Tiểu học chương trình Pháp Aurore, di tích của một thời đã qua, cánh cổng sắt khép im lìm, làm nền cho cuộc hội ngộ tưởng chừng bình dị nhưng đầy dư âm.

Trí và Quý, đôi bạn học chung từ thuở nhỏ đến những năm đầu đại học, trước khi Trí bỏ ngang theo kháng chiến. Thuở còn thơ, họ ngồi cạnh nhau trong lớp học, ê a theo sách giáo khoa do chính quyền bảo hộ soạn sẵn, dưới cái nhìn nghiêm nghị của ông thầy người Pháp. Ngay cả "lịch sử" cũng mở màn bằng câu lạ lùng mà lũ trẻ phải học thuộc lòng: "Tổ tiên chúng ta là người Gaulois!" Ngây ngô lặp lại, chúng chẳng biết Gaulois là giống người ở đâu, chỉ thấy vừa xa lạ vừa khôi hài. Giờ đây, khi đã trưởng thành trong một đất nước vừa giành lại độc lập, mỗi người bước vào một ngả đời riêng, nhưng trong lòng vẫn còn nguyên nỗi bức xúc cho thân phận một nước nhược tiểu.

Trong giai đoạn lịch sử đầy biến động hiện tại, những thanh niên thuộc thế hệ của Trí, mỗi khi có dịp gặp gỡ hàn huyên, câu chuyện chẳng mấy chốc lại rẽ sang một hướng: nỗi lo cho vận mệnh đất nước. Trong những lời trao đổi chân tình ấy đã chất chứa biết bao khát vọng đổi thay, ước mơ canh tân để Việt Nam có thể tự tin sánh vai cùng năm châu.

Trí đặt tách cà phê xuống, nhìn ra con phố trước mặt.

Quý mỉm cười nhẹ, chống khuỷu tay lên bàn gỗ sờn nhẵn.

"Suy nghĩ về gì? Về mấy chuyện riêng của mình, hay… những câu hỏi lớn hơn?"

Trí gật đầu.

"Cả hai. Nhất là chuyện của cả một thế hệ mình… Một đất nước vừa thoát khỏi xiềng xích thực dân thì sẽ bước tiếp thế nào? Liệu ánh sáng phương Tây có thể soi đường mà không làm lu mờ cội rễ?"

Quý khẽ khuấy ly nước chanh, mắt nhìn xa như xuyên qua lớp bụi thời gian.

"Câu hỏi đó… hơn nửa thế kỷ trước, cũng đã làm bao người trăn trở. Nhiều người coi cuộc Minh Trị Duy Tân ở Nhật là một hình mẫu đáng mơ ước."

Trí ngả người ra ghế.

"Nhật chứng minh rằng tiến bộ vẫn có thể đạt được mà không phải phá bỏ hết trật tự cũ."

Trầm ngâm một đỗi Trí chậm rãi nói tiếp:

"Với nhiều người yêu nước Việt Nam, từ Phan Bội Châu tới Phan Châu Trinh, Nhật lúc ấy là ngọn hải đăng để noi theo. Họ tuyển chọn những thanh niên ưu tú, gửi sang Nhật học hỏi những thành công rực rỡ của đất nước đó… với hy vọng một ngày nào, kiến thức ấy sẽ dẫn dắt Việt Nam tự đổi mới."

Quý khẽ lắc đầu,

"Nhưng bây giờ… thử thách phức tạp hơn nhiều. Lựa chọn thì đa dạng hơn, nhưng cũng đầy bẫy rập. Nếu ngày xưa người ta chỉ có hai hướng đổi mới rõ rệt, hoặc qua ngã hợp tác với Pháp, hoặc theo con đường đấu tranh võ trang, thì nay lại chồng lên những ranh giới ý thức hệ, cộng thêm những biến chuyển khó lường của phong trào chính trị quốc tế."

Trí gật đầu, ánh mắt đăm chiêu, giọng trầm hẳn xuống như thể đang tự hỏi chính mình nhiều hơn là đối thoại:

"Làm thế nào để hiện đại hóa mà không đánh mất linh hồn của mình? Làm sao đón nhận tương lai mà không xóa nhòa quá khứ, cái quá khứ đã giúp dân tộc mình sống sót suốt mấy ngàn năm qua?"

Tiếng ve như dội xuống từ những tàng phượng vĩ đỏ rực, rền rĩ, vang vọng trong không gian oi bức. Quán cà phê vỉa hè vắng người, chỉ còn tiếng muỗng chạm vào thành ly và mùi cà phê rang thoảng nhẹ. Trong góc yên tĩnh ấy của Sài Gòn, hai người bạn ngồi đối diện nhau, dáng ngả về phía trước, như muốn nghe kỹ từng lời, từng suy nghĩ còn bỏ ngỏ. Họ không chỉ trăn trở với cái nóng ngột ngạt của trưa hè, mà còn với sức nặng của lịch sử đè trên vai thế hệ mình.

Câu hỏi ấy của Trí, tuy bật ra trong khoảnh khắc, nhưng ngân dài trong im lặng. Cả hai nhìn nhau, chợt cảm thấy như họ không đang bày tỏ những trăn trở cá nhân, mà đang nói hộ nỗi băn khoăn của cả một thế hệ.

Vài tháng sau buổi trò chuyện ở quán cà phê, Quý bất ngờ ghé nhà Trí vào một buổi chiều mưa lất phất. Ngồi xuống ghế, anh khẽ hạ giọng như sợ có ai nghe lỏm:

"Tôi có một đứa cháu gái mới lên năm… bất ngờ lâm vào cảnh khốn cùng. Cha mẹ nó từ dưới quê lên thành kiếm sống, được hai năm thì cha nó đột ngột bị bịnh nặng qua đời. Má nó mỗi ngày nấu xôi đem ra chợ bán kiếm được vài đồng bạc. Tôi nghĩ chỉ kiếm ăn qua ngày cho hai mẹ con là may lắm rồi, có đâu lo tới tương lai của con nhỏ. Trước khi qua đời ảnh gởi con lại cho tôi lo dùm. Mà anh thấy đó, hoàn cảnh của tôi lo cho bản thân còn chưa xong, nói chi tới chuyện lo cho tương lai của cháu."

Quý buồn rầu cuối mặt xuống đất, trầm ngâm một đổi trước khi nói tiếp:

"Tôi nhớ hồi xưa gia đình anh hay làm việc nghĩa, giúp đỡ người nghèo khó. Mỗi năm đều tặng quà cho học sinh nghèo qua chương trình Cây Mùa Xuân. Tôi đây cũng từng nhận quà từ gia đình anh mỗi năm. Bởi vậy, khi hay tin này, tôi nghĩ ngay đến anh."

Trí nhìn Quý, thoáng băn khoăn không rõ anh có mối liên hệ gì với gia đình người đàn bà ấy và vì sao lại tìm đến mình chứ không nhờ người khác. Nhưng với tấm lòng vốn sẵn thương người, anh vẫn mỉm cười gật đầu:

"Đưa tôi địa chỉ. Cuối tuần tôi sẽ đến."

Trí nào ngờ người bạn cũ, mà anh tưởng chỉ tình cờ gặp lại ở tiệm cho mướn sách rồi rủ nhau ra quán cà phê tán ngẫu, thực ra đang hoạt động "nằm vùng", và chính buổi gặp ấy là theo chỉ thị của cấp trên Quý.

Không chút nghi ngờ, Trí giữ đúng lời hứa, tìm đến nhà người góa phụ để ủy lạo. Anh lái chiếc Vespa hướng về Chợ Lớn rồi men theo đường Hậu Giang đến cầu Renault. Ngay bên mang cá cầu, sát chỗ đoàn xe từ miền Tây đổ vào Sài Gòn thường phải dừng lại trước trạm kiểm soát, có một xóm nghèo chen chúc những mái nhà tạm bợ.

Đó là xóm Bình Tiên nơi người góa phụ sống. Ngoài vài nóc nhà lợp ngói còn giữ được sắc đỏ của gạch nung, phần lớn chỉ là mái tôn rỉ sét hoặc những mái lá đã thâm kim, dựa sát vào nhau như cố che chở cho nhau qua hai mùa mưa nắng. Con đường đất hẹp dẫn vào xóm thường xuyên lầy lội, nhất là sau những trận mưa lớn.

Cũng vì nằm ngay "cửa ngõ" vào thành phố, nơi đây lúc nào cũng thấp thoáng bóng dáng cảnh sát. Họ kiểm hàng, thu thuế, đôi khi lục soát kỹ những kẻ bị nghi ngờ là Việt Minh trà trộn vào Sài Gòn hoạt động như những người "nằm vùng". Mỗi khi có một vụ bắt bớ, cả xóm lại xôn xao, người lớn trẻ con xúm lại nhìn, bàn tán một hồi, rồi ai nấy lại thở dài, quay về tiếp tục công việc thường ngày.

Tiếng còi xe đò, tiếng tu huýt của lính gác, xen lẫn tiếng bánh xe ngựa rạo rạo trên mặt đường, hòa cùng tiếng rao của mấy bà bưng rổ xôi hay gánh nồi chè bán dọc bên lề. Tất cả tạo thành một bức tường âm thanh náo động, khéo léo che khuất không khí yên tĩnh, gần như biệt lập, của xóm nhà phía trong.

Người trong xóm phần lớn là dân từ lục tỉnh trôi dạt lên kiếm sống. Có anh phu khuân vác ở bến ghe chài, chị bán hàng rong chạy theo từng chuyến xe đò, mong bán được ít quà cho khách từ xa. Có mấy bà mẹ bưng rổ mận, rổ ổi, các thứ cây nhà lá vườn ra chợ đổi lấy vài đồng cắc lẻ.

Riêng tại một căn nhà mái ngói trong xóm, có một gia đình trông khác hẳn. Người chồng, tuổi ngoài ba mươi, cao ráo, vai ngang, gương mặt trắng nhưng rám nắng, sống cùng vợ và một bé gái nhỏ kế bên xưởng đóng guốc, nghề duy nhất mang hơi hướng "kỷ nghệ" ở vùng này, vốn hiếm hoi lắm trong cái xóm toàn buôn gánh bán bưng. Mỗi sáng, khi tiếng đục đẽo guốc vừa bắt đầu vang lên lóc cóc, người chồng đã chỉnh tề trong quần tây đen, áo sơ-mi trắng, tay xách chiếc cặp da bò màu vàng đã cũ sẫm, ra đầu hẻm. Ông thong thả bước ra đường Hậu Giang, đón chuyến xe buýt đi về phía trung tâm Sài Gòn. Chiều muộn, khi bóng cây điệp đã ngả dài trên cầu Renault, ông lại trở về, dáng đi vẫn ung dung, cặp da ôm sát nách, chẳng bao giờ ghé la cà như mấy anh phu bến xe.

Trong xóm, người ta nói rằng ông là thầy giáo, và gọi ông là Thầy Giáo Hai. Nhưng ông dạy ở đâu, dạy môn gì thì chẳng ai biết. Ông ít nói, không nhậu nhẹt, không trà thuốc nơi quán xá đầu đường. Cái nhịp đi đều đặn "sáng đi, chiều về" của thầy trở thành một thói quen mà cả xóm dần quen mắt. Nhưng với những ai tò mò, chính cái đều đặn ấy lại gợi lên nhiều nghi vấn, như thể sau lớp áo trắng và chiếc cặp da sờn nhẵn kia là một cuộc đời khác, kín đáo và nhiều toan tính.

Thật ra, ít ai trong xóm biết rằng, sau khi chuyến xe buýt đưa ông rời khỏi đường Hậu Giang, ông không đến lớp học nào cả. Điểm đến của ông là một căn gác nhỏ phía sau một tiệm tạp hóa gần chợ Bàn Cờ, nơi một nhóm người tụ tập bàn bạc lặng lẽ, trao đổi giấy tờ, và đôi khi là cả những gói hàng nhỏ quấn kín bằng giấy dầu.

Chiếc cặp da bò vàng sậm, tưởng chỉ đựng sách vở, thật ra thường chứa những tập tài liệu in ronéo, đôi khi là vài tấm bản đồ vẽ tay, hoặc những phong bì mỏng đựng tin tức từ lục tỉnh chuyển về. Mỗi chuyến qua trạm kiểm soát cầu Renault, ông đều giữ vẻ bình thản của một viên chức trí thức, miệng chào hỏi cảnh sát vài câu xã giao, đôi mắt như vô tình lướt qua những cặp mắt dò xét.

Vỏ bọc "thầy giáo" giúp ông ra vào thành phố mà không gây nghi ngờ, bởi trong mắt chính quyền, một người trí thức, ăn mặc chỉnh tề, có gia đình đàng hoàng chẳng thể nào là mối đe dọa.

Nhưng chính sự tin tưởng ấy mới là thứ ông cần, để có thể đều đặn mang tin tức từ nội thành ra ngoài và đưa chỉ thị từ tổ chức về lại các cơ sở ở lục tỉnh.

Trong xóm, thỉnh thoảng có người đùa rằng ông bí hiểm như mấy nhân vật trong tiểu thuyết trinh thám, nhưng rồi cũng bỏ qua. Còn "Thầy Giáo Hai", mỗi chiều trở về, vẫn ung dung bước qua tiếng đục guốc lốc cốc bên nhà, như chưa từng trải qua một ngày đầy những cuộc gặp gỡ thầm lặng, nơi mà một câu nói hay một tờ giấy mỏng có thể đổi lấy sự an nguy của cả một mạng lưới.

Người trong xóm hẳn phải ngạc nhiên, bởi hôm nay lần đầu tiên có một kẻ lạ tìm đến nhà ông. Giữa con hẻm chật hẹp, Trí nhích chiếc Vespa từng chút một, mắt đảo quanh dò tìm số nhà. Cuối cùng, anh cũng nhận ra địa chỉ mình cần: chính là nhà của Thầy Giáo Hai. Căn nhà ngói cũ kỹ, mái phủ rêu phong, vách tường loang lổ dấu vết thời gian. Sát bên là xưởng làm guốc, tiếng đục đẽo vang đều đều, như nhịp thở quen thuộc của xóm nhỏ.

Trí tiến đến gõ nhẹ lên cánh cửa gỗ đã bạc màu và ọp ẹp. Từ bên trong, tiếng dép lẹp xẹp tiến lại gần, rồi cửa mở hé.

Khoảnh khắc ấy, Trí sững người. Trước mặt anh là một người đàn bà gầy gò, khoác chiếc áo bà ba sẫm màu, đôi mắt đượm buồn nhưng vẫn ánh lên nét dịu dàng quen thuộc. Thời gian và nhọc nhằn đã hằn sâu lên gương mặt ấy, nhưng anh nhận ra ngay, không thể lẫn vào đâu được.

Anh khẽ gọi, rồi như không kìm được, bật thành tiếng:

"Hoa!"

Ánh mắt nàng chạm vào anh chỉ thoáng một giây, rồi lập tức lạnh buốt. Không một lời chào, không một chút xúc động. Trong đôi mắt ấy là nỗi căm hận dồn nén suốt bao năm, nỗi căm hận vì cái chết của Tánh, em trai nàng.

Trí đứng chết lặng, như bị chính ánh mắt ấy đẩy lùi lại. Anh cố thốt:

"Em đã hiểu lầm…"

Nhưng chưa kịp nói thêm, nàng đã cắt ngang, giọng như nhát dao xé toang khoảng cách giữa hai người:

"Anh không cần nói gì hết. Đi đi!"

Anh định giải thích, song cánh cửa đã sập lại.

Khoảnh khắc ấy, một tiếng động khô khốc vang trong lòng Trí, như có tảng đá nặng rơi xuống, chặn ngang lối thở. Anh đứng chết trân trước cánh cửa gỗ lạnh lùng, cảm giác khoảng cách giữa hai người giờ không còn đo bằng bước chân, mà bằng cả một vực thẳm. Bàn tay anh vô thức giơ lên, định gõ, nhưng rồi lại buông thõng, nặng nề như bị rút cạn sức lực. Trí nghe trái tim mình đập dồn dập mà trống rỗng, từng ý nghĩ rối tung lên: giận cho sự oan khiên, đau cho tình yêu bất lực, và hơn hết là một nỗi hoang mang tột cùng, phải chăng mọi thứ đã thật sự khép lại, như cánh cửa kia?

Anh quay bước đi mà hai chân run rẩy, dường như mỗi bước đều lún sâu vào nỗi tuyệt vọng đang loang ra dưới chân.

Bước ra khỏi con hẻm, Trí thấy từng nhịp chân mình nặng trĩu. Anh từng mường tượng ngày gặp lại Hoa sẽ là lúc bao lời muốn nói được thốt ra, nhưng không ngờ lại chạm mặt nhau trong cảnh này. Cái nhìn lạnh băng của nàng vẫn hằn sâu trong tâm trí, khiến tim anh thắt lại như vừa đánh mất điều quý giá nhất.

Con hẻm dốc dẫn ra đường lớn bỗng dài ra vô tận. Anh bước đi mà như chẳng biết mình đang hướng về đâu. Mỗi bước chân dường như giẫm lên những mảnh vỡ ký ức, tiếng cười trong trẻo của Hoa năm nào, buổi chiều nàng chèo xuồng mang cơm đến, ánh mắt ấm áp khi trao cho anh chiếc khăn rằn. Giờ đây, tất cả đã bị xóa sạch, chỉ còn lại cái nhìn căm hận và lời xua đuổi lạnh lùng.

Anh ngẩng lên, trời vẫn xanh, nắng vẫn vàng rực, nhưng trước mắt lại là một khoảng mù mịt. Tại sao Hoa lại ở đây? Tại sao nàng trở thành "góa phụ" trong câu chuyện Quý kể?

Trí trở về với tâm trạng nặng trĩu, đôi vai oằn xuống. Anh do dự, nhưng không thể chịu đựng thêm nỗi dày vò ấy, anh phóng thẳng chiếc Vespa đến nhà Võ, dù biết rõ đó là một hành động liều lĩnh.

Từ ngày trở về Sài Gòn, cuộc sống của Trí và Võ chẳng hề yên ổn. Dù mỗi người đã tìm được một công việc tạm gọi là hòa nhập với đời sống thị thành, bóng dáng những cặp mắt dò xét vẫn lẩn quẩn quanh họ. Thỉnh thoảng, một chiếc Jeep của cảnh sát đặc biệt dừng ngay góc phố; vài người mặc thường phục ngồi quán cóc đối diện nhà, tách cà phê trên tay nhưng ánh mắt không rời cửa ra vào.

Cả hai hiểu rõ mình vẫn nằm trong tầm nghi kỵ của chính quyền. Vì vậy, họ hiếm khi qua lại nhà nhau. Nếu cần trao đổi điều gì, họ chỉ hẹn gặp ở những quán cà phê nhỏ, tấp nập khách ra vào để dễ lẫn vào đám đông. Một quán vỉa hè trên đường Phan Đình Phùng, hoặc góc khuất bên chợ Bến Thành, … dần trở thành những điểm hẹn quen thuộc.

Mỗi lần gặp, câu chuyện luôn chừng mực, đan xen những khoảng im lặng dài. Nụ cười của họ nhìn qua tưởng chừng thong dong, nhưng ẩn sau là ánh mắt kín đáo nhìn quanh, dò xem ai đang ngồi bàn kế bên. Cuộc sống lúc này đối với họ không chỉ là mưu sinh, mà còn là khéo léo giữ mình giữa một mạng lưới theo dõi vô hình nhưng siết chặt từng ngày.

Chiếc Vespa ghé trước căn nhà nhỏ của Võ. Trí bước thẳng vào, khẽ vén tấm rèm tre nơi cửa, mỏng manh mà cũng đủ khuất bớt ánh nhìn người qua lại. Võ vừa trông thấy bạn đã nhận ra nét mệt mỏi hằn sâu trên gương mặt ấy, thứ mệt mỏi không chỉ vì đường xa, mà còn vì một nỗi gì đang đè nặng trong lòng.

Võ nhìn bạn chằm chằm, thấy vẻ mệt mỏi hằn rõ trên gương mặt, liền rót cho anh một tách trà nóng, giọng đầy lo lắng:

"Có chuyện gì vậy anh?"

Trí khẽ lắc đầu, hít một hơi dài rồi mới cất tiếng, giọng khàn hẳn đi:

"Anh gặp lại Hoa rồi… nhưng cô ấy nhìn anh như kẻ thù."

Võ sững sờ:

"Anh nói sao? Anh gặp chị ấy ở đâu?"

Trí ngồi lặng một lúc, như đang gom nhặt từng mảnh ký ức.

"Hôm qua, anh nhận lời một người bạn học cũ, đi ủy lạo cho một gia đình mẹ góa con côi. Nào ngờ, vừa bước vào nhà, anh thấy Hoa… đứng ngay trước mặt, tay còn cầm rổ rau. Lúc đó, anh cứ ngỡ mình đang mơ."

Võ há hốc miệng nhìn bạn. Trí ngừng lại giây lát, mắt hướng xa xăm.

"Nhưng khi ánh mắt chạm nhau, thay vì mừng rỡ, chỉ còn sự lạnh lùng và oán trách. Anh chưa kịp mở miệng thì Hoa đã xua tay đuổi đi, như thể anh là kẻ thù không đội trời chung."

Võ thở dài, đặt mạnh tách trà xuống bàn tre:

"Vậy là… chị vẫn nghĩ anh có liên quan đến cái chết của Tánh sao?"

Trí cúi đầu, không đáp. Căn phòng lặng đi, chỉ còn tiếng ve ngoài vườn râm ran, như dội thêm cái nặng nề giữa hai người. Võ đưa tay vỗ nhẹ vai bạn, giọng đôn đả:

"Tưởng chuyện gì lớn lao lắm. Ít ra anh đã gặp lại chị, vậy cũng mừng rồi. Chuyện này dễ thôi, chỉ là hiểu lầm. Để tôi qua nói hết cho chỉ nghe, cặn kẽ từ đầu tới cuối."

Trưa hôm sau, Võ tìm đến nhà Hoa. Thấy cửa im lìm, anh thoáng thất vọng nhưng vẫn ngồi xuống chiếc ghế tre nơi hàng hiên, lặng lẽ chờ. Trước mặt là khoảng sân nhỏ chan hòa nắng. Xa xa, tiếng rao của cô bán xôi vang lại, xen lẫn tiếng gà cục tác bên hàng rào, tạo nên một khung cảnh yên ả, trái ngược hẳn với nỗi bồn chồn, lo âu đang dấy lên trong lòng anh. Cái cảm giác ấy dường như không đơn thuần là của một kẻ đưa tin cho bạn. Võ cố gạt đi những ý nghĩ chợt đến, dõi mắt ra hướng đường cái mong bắt gặp Hoa.

Một lúc sau, bóng Hoa hiện ở đầu hẻm, chiếc gánh lắc lư trên vai theo nhịp bước hối hả. Vừa đặt gánh xuống, nàng thoáng sững lại khi thấy Võ đang ngồi ở hiên.

Hoa kêu khẽ, ngạc nhiên:

"Anh Võ?..."

Tim Võ thoáng khựng lại. Hình bóng người đàn bà trước mặt khiến anh bối rối, như thể từ lâu vẫn ẩn trong một góc khuất nào đó của lòng mình. Chưa kịp chào hỏi, anh đã hấp tấp bước tới, giọng dồn dập như sợ để lỡ mất cơ hội:

"Anh Trí kể cho tôi nghe chuyện ảnh gặp chị hôm qua rồi. Trời ơi, chị hiểu lầm ảnh mất rồi! Để tôi nói hết cho chị nghe, từ đầu tới cuối."

Nói rồi, hai người bước vào nhà. Họ ngồi đối diện nhau, giữa căn phòng nhỏ im ắng, chỉ còn tiếng kim đồng hồ tích tắc đều đều. Võ trầm ngâm một lúc lâu, rồi mới chậm rãi kể:

"Chuyện đó... không như chị nghĩ đâu. Bữa đó, anh Trí nhận được lệnh phải thủ tiêu Tánh. Nhưng chị coi, làm sao mà ảnh làm được. Nên ảnh quyết định dứt khoát là phải bỏ đi liền đêm đó. Ảnh đi với tôi đây, làm sao tôi không biết. Hai anh em tôi đi một mạch về Sài Gòn luôn tới giờ.”

Hoa nghe đến đây, đôi mắt mở lớn, bàn tay run lên. Nàng lắp bắp:

“Trời ơi… vậy ra bấy lâu nay tôi đã trách oan cho anh Trí… Tôi cứ tưởng…”

Giọng nghẹn lại, không thốt nổi.

Võ gật đầu, rồi vô tình buột miệng, như để giải thích thêm:

“Lệnh ấy… là anh Căn đem tới cho anh Trí. Sau khi anh Trí bỏ đi, có lẽ… chính anh Căn phải ra tay thay.”

Hoa ngồi chết lặng, đôi môi mím chặt, gương mặt tái nhợt như vừa mất hết máu. Rồi bất chợt nàng ôm mặt, bật khóc nức nở:

“Trời ơi… thì ra em trai tôi… chính chồng tôi… chính chồng tôi đã…”

Tiếng nức nở dồn dập, nghẹn ngào, xé toạc khoảng lặng trong căn phòng nhỏ. Nỗi đau vì mất em nay càng thêm chồng chất, khi biết ra hung thủ lại chính người thân cận. Tất cả như một nhát dao xoáy ngược vào tim, vừa thương em, vừa thương Trí, vừa căm hận sự nghiệt ngã của số phận.

Võ sững sờ, há hốc miệng, kêu lên như không tin vào tai mình:

“Trời đất…chồng chị? … Là anh Căn sao?…?”

Không khí trong căn nhà nhỏ bỗng đặc quánh, như có thể cắt ra được. Tiếng kim đồng hồ trên vách vẫn tích tắc đều đặn, nhưng với Võ, mỗi nhịp vang lên nghe như một nhát dao, cứa vào khoảng lặng nặng nề giữa hai người.

Anh khẽ nghiêng người về phía trước, hỏi theo phản xạ:

"Anh Căn… giờ ở đâu?"

Nhưng câu hỏi vừa thoát ra khỏi miệng, Võ đã chợt khựng lại.
Trong khoảnh khắc, thân phận góa phụ của Hoa ập về, khiến anh
đoán được câu trả lời trước khi nghe nàng nói.

Hoa gật đầu khẽ, ánh mắt rời khỏi Võ, dừng lại ở khoảng trống
vô hình nào đó. Giọng nàng nghẹn lại, khô khốc:

"Vài tuần trước, tung tích của ảnh bị bại lộ. Đêm đó, lính đặc
biệt kéo đến bao vây cả khu. Tiếng giày đinh, tiếng quát tháo
vang dội khắp hẻm. Anh Căn đang ở nhà, nghe động liền lao ra
cửa sau, chạy vô xóm. Nhưng… lần này, may mắn không kịp
đến. Một loạt súng nổ chát chúa… Tôi chỉ kịp chạy tới ôm anh
ấy, mà không nói được lời nào."

Không khí trong căn nhà bỗng chùng xuống. Cả hai ngồi lặng,
chỉ nghe tiếng gió lùa qua hàng song cửa.

Không ai trong xóm Bình Tiên, kể cả những người từng sát cánh
với Căn thuở nào trong cuộc kháng chiến chống Pháp, có thể
ngờ rằng ông "Thầy Giáo Hai" trầm lặng kia chính là Căn, người
đã từng tập kết ra Bắc sau ngày Hiệp định Genève được ký. Hai
năm trời mất tăm mất dạng, ai cũng nghĩ Căn giờ đã yên ổn ở
miền Bắc.

Nhưng sự thật là anh đã được chính quyền miền Bắc chọn lựa,
huấn luyện, rồi bí mật đưa trở vào Nam. Từ đó, dưới cái tên mới
và một thân phận mới, Căn sống như một người dân thường
trong xóm, sáng đi chiều về, chiếc cặp da tưởng chỉ đựng giấy
tờ dạy học, thật ra là nhịp cầu nối giữa nội thành và những mạng
lưới các "đồng chí" của anh rải khắp lục tỉnh.

Ngày anh trở về Sài Gòn, không phải để tìm lại bạn bè cũ hay
mái nhà xưa, mà để bước vào một trận tuyến thầm lặng. Không
còn tiếng súng giữa bưng biền, không còn những đêm nằm võng
giữa rừng tràm, nhưng hiểm nguy giờ đây tinh vi hơn, chỉ một

ánh mắt nhận ra, một câu hỏi quá sâu, hay một lần kiểm tra bất chợt ở trạm cầu Renault cũng đủ chấm dứt mọi thứ.

Trong mắt nhiều người xung quanh, Căn chỉ là một ông chồng mẫu mực, một người cha hiền lành, một "thầy giáo" tận tụy. Nhưng ẩn sau lớp áo sơ-mi trắng và dáng vẻ ung dung kia là một người "nằm vùng", mà từng bước chân, từng chuyến xe buýt đều được tính toán như những nước cờ, để vừa tồn tại, vừa tiếp tục một cuộc chiến không tiếng súng ngay giữa lòng Sài Gòn.

Võ bàng hoàng trước câu chuyện về Căn, định chạy đi báo cho Trí ngay, nhưng kịp dừng lại. Một linh cảm mơ hồ cho anh thấy tình hình bất an hơn bao giờ hết, dẫu lúc này cả anh và Trí chỉ là những kẻ đứng ngoài, không dính líu gì với hoạt động của Căn.

Anh đành chờ khi nào sóng gió lắng xuống sẽ tìm cách báo cho Trí hay: rằng anh đã giải tỏa mọi hiểu lầm nơi Hoa, để bạn có thể yên lòng.

6. Cáo phó

Một tuần trôi qua, tại trụ sở bề thế của Thư Viện Quốc Gia, Võ đang lom khom sắp xếp lại những chồng sách trên kệ cao. Công việc này anh đã quen tay từ ngày được ông quản thủ thư viện để mắt, cất nhắc từ một người lao công thành nhân viên bảo quản sách. Lý do cũng đơn giản: thấy anh vừa siêng năng vừa ham học hỏi, lại thường lén mở sách ra đọc ngay giữa giờ làm.

Tay vẫn thoăn thoắt xếp sách, đầu óc Võ lại chợt nghĩ đến Trí. Vì tránh gặp bạn do lý do an ninh cho cả hai Võ không rõ chuyện làm lành giữa Trí và Hoa đã tiến triển đến đâu. Vậy mà một thoáng mỉm cười vẫn hiện trên môi anh khi chợt nhớ câu nói dân gian mà cha anh thường đùa: "Một vợ nằm vườn lèo; hai vợ nằm chuồng heo." Anh không tin Trí sẽ để mình rơi vào cảnh ấy, nhưng trong lòng vẫn thấp thoáng một nỗi bất an.

Trong trí anh, giờ này hẳn bạn mình đã trở lại tìm Hoa và nàng đã hạnh phúc đón nhận chàng vì mọi hiểu lầm đã giải tỏa. Võ mường tượng bạn mình đang sống trong những ngày vui nhất đời. Võ mỉm cười một mình, hình dung cảnh Trí đứng giữa hai người đàn bà, một bên là vợ, một bên là tình cũ, không biết xoay xở ra sao cho yên.

Sau bữa cơm trưa đạm bạc ở căn phòng nhỏ sau thư viện, Võ thong thả pha ấm trà rồi trải tờ báo 'Tiếng Chuông' ra bàn. Anh đọc lướt qua vài tin tức thời sự, rồi tình cờ dừng mắt ở mục cáo phó. Dòng chữ in đậm như đập thẳng vào mắt anh: "Ông… Trí… từ trần ngày…"

Tay anh run lên, tờ báo trượt khỏi bàn rơi xuống nền gạch. Mất một lúc Võ mới trấn tĩnh, đọc lại cho chắc mình không hoa mắt.

Nhưng những hàng chữ lạnh lùng kia vẫn trơ trơ, như đóng đinh vào trí óc anh.

Không kịp nghĩ ngợi, Võ vội vã lao ra đường, đón xe chạy thẳng đến nhà Hoa. Vừa tới đầu hẻm, anh khựng lại khi thấy đôi gánh quen thuộc dựng chơ vơ trước cửa. Cổ họng nghẹn cứng, anh đứng lặng vài giây rồi mới dằn lòng bước vào.

Hoa đang lúi húi rửa mấy mớ rau ngoài hiên. Thấy bóng Võ, nàng ngẩng lên, thoáng ngạc nhiên:

"Anh Võ… sao anh tới giờ này? Có chuyện gì vậy?"

Võ ấp úng, giọng lạc hẳn đi:

"Chị Hoa… Anh Trí… mất rồi …"

Chiếc rổ rau trên tay Hoa rơi xuống đất, mấy cọng rau vung vãi trên nền gạch ướt. Nàng sững sờ, đôi mắt mở lớn, gương mặt tái nhợt đi.

"Anh… anh nói gì?"

Võ cố trấn tĩnh, nhưng chính anh cũng nghe tiếng mình run rẩy:

"Tôi… tôi cũng không dám tin. Nhưng tên tuổi ảnh đăng rành rành trong cáo phó trên báo bữa nay đó chị."

Hoa lùi lại một bước, bàn tay bấu chặt mép cửa. Đôi môi mấp máy nhưng không bật thành lời. Cả khoảng sân bỗng chìm trong sự lặng im nặng nề.

Không còn nỗi khổ nào hơn thế. Trái tim vừa mới được sưởi ấm bởi một tia hy vọng mong manh, giờ lại bị xé toạc, để lại khoảng trống lạnh lẽo đến rợn người.

Từ ngày được Võ giải tỏa mọi hiểu lầm với Trí, lòng nàng quặn thắt vì ân hận. Bao lần ngồi lặng bên khung cửa, ánh mắt thẫn thờ dõi ra khoảng sân nắng gió, nàng mong một ngày Trí sẽ trở lại, bước qua cánh cửa mà nàng đã từng nông nổi đóng sập, để nàng có thể nói một lời xin lỗi, để được một lần nhìn sâu vào mắt anh và gỡ bỏ những khúc mắc đã dằn vặt cả hai. Nhưng ngày nối ngày vẫn trôi qua, chỉ còn lại khoảng sân trống trải và nỗi mong chờ mòn mỏi, không bao giờ thành hiện thực.

Hoa ngồi bệt xuống ghế gỗ, hai bàn tay ôm mặt khóc. Tiếng Võ nói gì đó bên tai, nàng không còn nghe rõ nữa, chỉ còn một khoảng ù đặc, như thể cả thế giới quanh mình vừa sụp xuống.

Những hình ảnh về Trí ùa về, rõ rệt đến mức nàng tưởng chỉ cần đưa tay ra là chạm được: dáng anh bước qua bờ ruộng dưới nắng chiều, tiếng cười ấm áp bên bếp lửa, và đôi mắt nhìn nàng vừa dịu dàng vừa kiên quyết. Bao nhiêu năm xa cách, bao nhiêu hiểu lầm, những tưởng giờ đây chỉ còn là quá khứ… Vậy mà chưa kịp nói một lời tha thứ, chưa kịp nắm tay nhau thêm một lần, anh đã vĩnh viễn rời xa.

Nỗi ân hận trào lên, nghẹn cứng nơi cổ. Hoa thấy mình như kẻ vừa đánh rơi một bảo vật không bao giờ tìm lại được. Ngoài kia, tiếng rao hàng vẫn vang vọng giữa trưa oi ả, nhưng với nàng, mọi âm thanh bỗng trở nên xa vắng, như vọng lại từ một thế giới khác, nơi Trí sẽ không bao giờ trở về.

Trong thoáng chốc, Võ vừa thương bạn, vừa thương người đàn bà đang run rẩy trước mặt. Sự ra đi đột ngột của Trí không chỉ cắt đứt một tình bạn gắn bó, mà còn để lại trong lòng Hoa một khoảng trống sâu hoắm, như vừa mất đi điểm tựa cuối cùng. Võ muốn nói điều gì đó để an ủi, nhưng không thể cất tiếng, chỉ còn lại nỗi xót xa cuộn trào mà không lời nào gói ghém nổi.

Võ đứng lặng một hồi lâu, không biết nên nói gì. Anh sợ ở lại sẽ khiến Hoa thêm đau đớn, nhưng cũng ngại rời đi, bỏ nàng một mình. Sau cùng, anh khẽ gật đầu như một lời chia sẻ thầm lặng, rồi lùi bước ra khỏi căn nhà nhỏ.

Ra đến đầu hẻm, Võ dừng lại, nhìn xa xăm về hướng nhà Trí. Anh rất muốn ghé qua, để nhìn tận mắt, để hỏi han gia quyến, thậm chí chỉ để tin chắc rằng mọi thứ anh vừa đọc trong cáo phó không phải là một nhầm lẫn. Nhưng rồi ý nghĩ về những cuộc lục soát bất ngờ, những ánh mắt dò xét của công an, khiến anh khựng lại.

Trong đầu anh thoáng hiện hình ảnh Căn, người đồng đội cũ đã ngã xuống nơi con hẻm nhỏ khi bị lộ thân phận. Võ không biết Trí ra đi trong hoàn cảnh nào: bệnh tật, tai nạn, hay… cũng là một viên đạn của cảnh sát như Căn. Chính sự mơ hồ ấy càng khiến anh thấy bất an, như thể đang đi giữa một con đường đầy sương mù, mà mỗi bước chân đều tiềm ẩn hố sâu không nhìn thấy đáy.

7. Món nợ ân tình

Những ngày sau khi đọc lời cáo phó về Trí, Võ như ngồi trên đống lửa. Anh vẫn phải giữ nguyên thói quen đến thư viện làm việc, xếp từng chồng sách, lau từng lớp bụi cũ, nhưng tâm trí lúc nào cũng vẩn vơ về cái chết của Trí. Nhiều lần anh định đánh liều tìm đến nhà bạn, rồi lại thôi, sợ một ánh mắt soi mói hay một câu hỏi lửng lơ có thể khiến cả mình lẫn gia đình bạn bị cuốn vào vòng nguy hiểm.

Một buổi sáng, khi đang đứng trên chiếc ghế gỗ thấp để đưa tay xếp mấy cuốn sách bìa cứng lên kệ cao, Võ bỗng nghe tiếng ai gọi khẽ sau lưng:

"Anh Võ…"

Anh quay lại, sững người thấy một chàng trai trẻ mặc áo sơ-mi trắng, dáng gầy nhưng gương mặt quen quen. Nhìn kỹ, Võ mới nhận ra: đó chính là em trai của Trí.

Theo lời dặn của Trí, chàng trai tìm đến gặp Võ. Anh đưa mắt nhìn quanh, rồi hạ giọng:

"Anh Trí… chưa chết đâu."

Võ khựng người, tim đập mạnh. Chàng trai kể nhanh: "Cái cáo phó đăng trên báo là kế nghi binh do gia đình bên mẹ tôi bày ra, vừa để đánh lạc hướng công an, vừa tranh thủ làm giấy tờ căn cước mới, đổi hẳn tên họ cho ảnh. Hiện anh Trí đang lui về ở ẩn tại vườn cây trái của một người cậu của tôi ở Dầu Giây, sát bên một đồn điền cao su bỏ hoang của người Pháp."

Nghe xong, Võ đứng im, hai tay còn nắm chặt cuốn sách nhưng lòng thì nhẹ hẳn, như vừa gỡ được tảng đá lớn đè trên ngực. Dù vậy, anh cũng hiểu, sự sống của Trí giờ đây chỉ mong manh như sợi chỉ, và mọi chuyện vẫn chưa hề an toàn.

Theo phản xạ của những tháng năm ở bưng biền, khi đồng đội hoạn nạn là phải tìm cách đỡ đần, Võ lập tức nắm tay người em của Trí, giọng thấp nhưng rắn rỏi:

"Cho anh địa chỉ đi, anh phải lên đó gặp ảnh."

Chàng trai ngần ngừ, rồi móc trong túi áo sơ-mi nhàu một mảnh giấy nhỏ, viết vội mấy dòng, kèm lời dặn:

"Anh cẩn thận… ở đó yên tĩnh lắm, nhưng vẫn phải coi chừng."

Cất tờ giấy vào túi áo, Võ thấy lòng rộn ràng, niềm vui bất chợt ùa đến. Trong đầu anh thoáng hiện hình ảnh Hoa, kèm ý nghĩ: "Chỉ sẽ vui biết chừng nào."

"Phải báo ngay cho chị Hoa biết," anh tự nhủ.

Chiều hôm ấy, tan sở, Võ không về thẳng nhà. Anh đạp xe một mạch hơn sáu cây số đường vào Bình Tiên để báo tin. Tim đập dồn dập như tiếng trống thúc quân.

Cửa khẽ mở, làn gió từ con hẻm hẹp đưa theo mùi hoa bưởi thoang thoảng.

"Chị Hoa ơi… có tin vui!" Anh cất tiếng.

Ánh mắt Hoa sáng lên, đôi tay đang xếp áo khựng lại giữa chừng.

"Anh… anh nói sao?" Giọng nàng run run, như sợ chỉ cần thở mạnh, câu nói vừa nghe sẽ tan biến.

Võ bước vào, khẽ khép cửa lại, rồi ngồi xuống chiếc ghế tre trước mặt nàng. Anh kể nhanh, chuyện gặp em trai Trí sáng nay ở thư viện.

Nghe đến đoạn "Anh Trí vẫn còn sống... chỉ lui về ở ẩn ở vườn cây của người cậu trên Dầu Giây", đôi mắt Hoa bỗng nhòe đi. Nàng ôm mặt, nấc nghẹn. Bao nhiêu ngày đêm quần quại vì nỗi mất mát, giờ đây bỗng được thay thế bằng niềm mừng tủi đến nghẹt thở.

"Trời ơi... vậy là... vậy là..." Nàng lặp đi lặp lại, vừa cười vừa khóc, như một đứa trẻ tìm lại được món đồ quý đã đánh rơi giữa chợ đông.

Võ nhìn Hoa, lòng nhẹ nhõm. Anh biết, chuyến đi Dầu Giây ngày mai không chỉ là hành trình tìm lại bạn, mà còn là mang hy vọng trở về cho người đàn bà này.

Khi cơn xúc động của Hoa đã lắng xuống đôi chút, Võ nghiêng người về phía nàng, hạ giọng như sợ hàng xóm nghe thấy:

"Ngày mai... tôi sẽ xin nghỉ một buổi, lấy xe đi Dầu Giây tìm ảnh."

Hoa ngẩng lên, đôi mắt còn ươn ướt nhưng đã ánh lên tia hy vọng mới.

"Anh... anh cho tôi gửi lời... nói với ảnh là... tôi không còn giận nữa..." Nàng ngập ngừng, rồi cúi mặt, giọng nhỏ như thì thầm với chính mình, "Tôi chỉ muốn ảnh biết là tôi vẫn chờ."

Võ gật đầu, chậm rãi đứng dậy. Ngoài kia, nắng chiều đã ngả vàng, trải dài trên con hẻm nhỏ. Anh mím môi, nhìn chị gật đầu, ánh mắt vừa chan chứa cảm thông vừa như một lời hứa lặng thầm.

Bước ra khỏi ngõ, Võ cảm thấy mình đang mang theo một sứ mệnh lớn lao: ngày mai, anh sẽ đem một niềm vui vô bờ trở lại cho người bạn vừa thoát khỏi cõi "chết".

Sáng hôm sau, Võ bắt chuyến xe đò sớm. Con đường đưa anh ra khỏi Sài Gòn, rồi dần dẫn vào vùng đồn điền cao su xưa của Tây.

Qua cửa kính mờ bụi, anh thấy những hàng cao su thẳng tắp, nối nhau trùng trùng điệp điệp, như một đội quân đứng im bất động.

Trên một ngọn đồi cao, hiện ra một tòa villa sơn trắng đã ngả màu, bên cạnh là bồn chứa nước cao vòi vọi, nổi bật giữa màu xanh thẫm của cây lá. Nhìn cảnh ấy, Võ không khỏi tưởng tượng từng đoàn công nhân người Việt ngày trước, lưng còng, tay chai sần, dầm mình trong ẩm ướt và phơi thây cho muỗi đòn sóc, gánh bệnh sốt rét rừng, chỉ để lấy từng giọt mủ phục vụ ông Tây bà đầm sống an nhàn trong tòa lâu đài trên đỉnh đồi kia.

Anh không hối hận đã theo kháng chiến, vì chính những bất công ấy là cội rễ của nguyên nhân từng thôi thúc anh rời gia đình để ra đi. Nhưng trong lòng vẫn dâng lên một nỗi chua chát: phận nước quái gở đã biến anh và cả Trí, sau bao năm vào sinh ra tử, giờ đây phải sống bên lề xã hội, như những kẻ tạm trú ngay trên chính quê hương mình.

Chiếc xe đò tiếp tục tròng trành lăn bánh, bỏ lại sau lưng những hàng cao su thẳng tắp, để rồi rẽ vào con đường dẫn đến vườn cây trái của người cậu Trí. Chỉ còn một quãng ngắn nữa thôi, là Võ sẽ gặp lại người bạn từng "chết" đi để rồi sống lại.

Xe đò dừng ở ngã ba Dầu Giây. Võ bước xuống, mùi đất đỏ ngai ngái hòa lẫn mùi nắng buổi trưa hắt lên từ mặt đường. Từ đây, anh rẽ vào một lối nhỏ, con đường đất đỏ loang lổ dấu bánh xe bò dẫn tới nhà Cậu Sáu của Trí, một ngôi nhà khang trang, mái ngói đỏ au, ẩn mình dưới tán cây ăn trái rợp bóng.

Người trong nhà niềm nở mời nước, rồi cho hay:

"Nó đang làm rẫy ở miếng đất gần bờ suối, qua khỏi vườn bắp là tới."

Võ cảm ơn, rồi theo lối mòn ra sau vườn. Vừa qua khỏi mấy hàng chuối, trước mắt anh là một vạt bắp trải dài, ngọn lá xanh mướt rung khẽ theo gió.

Bất chợt, ở khoảng giữa vườn, một đàn khỉ xuất hiện. Chúng nhảy nhót, chuyền cành, và lách qua những hàng bắp như những kẻ rành đường. Võ đứng khựng lại, vừa ngạc nhiên vừa thích thú quan sát. Con nào con nấy đều mải mê nhặt những trái bắp rơi rớt, tước vỏ rồi gặm ngon lành.

Nhưng có một con khiến anh bật cười: quanh bụng nó quấn một sợi dây mây như thắt lưng của con người, và mỗi trái bắp lượm được, nó lại cẩn thận giắt vào đó, chẳng khác gì một người nông dân gom lúa bỏ vào giỏ đeo hông. Cử chỉ ấy vụng về mà tự nhiên đến lạ.

Nụ cười chưa dứt, anh đã thấy phía cuối vườn, bên mép bờ suối, một dáng người quen thuộc đang lom khom cuốc đất…

Võ bước nhanh hơn, băng qua những luống bắp. Tiếng cuốc bổ xuống đất vang đều đặn, hòa cùng tiếng suối róc rách đâu đây. Khi chỉ còn cách vài chục bước, anh gọi khẽ:

"Anh Trí…"

Người kia ngẩng lên. Một gương mặt rám nắng, gầy đi nhiều nhưng đôi mắt thì vẫn vậy, sâu và sáng như ngày nào. Trong thoáng chốc, cả hai đứng lặng, dường như chưa tin nổi người trước mặt là thật, chứ không phải bóng hình trong mơ.

Rồi Trí buông cuốc, bước vội về phía bạn. Hai bàn tay nắm chặt lấy nhau, như sợ chỉ cần buông ra thì người kia sẽ tan biến. Không lời nào thốt lên ngay, chỉ có tiếng thở gấp gáp, tiếng côn trùng vo ve và tiếng suối chảy vẫn đều đặn bên bờ cỏ.

Cuối cùng, Trí mỉm cười, một nụ cười pha lẫn xúc động và nhẹ nhõm:

"Vậy là… mày đã biết hết mọi chuyện rồi."

Võ gật đầu, mắt thoáng ướt:

"Anh chơi gì ác quá vậy. Tôi còn tưởng… anh bỏ tôi đi thiệt rồi."

Cả hai cùng bật cười, tiếng cười nghèn nghẹn như một lời giải tỏa, xóa tan bao ngày lo âu, mất mát. Trong khoảnh khắc ấy, mọi khác biệt, mọi hiểm nguy ngoài kia dường như lùi lại, nhường chỗ cho niềm vui nguyên sơ của hai người bạn từng sống chết có nhau, giờ lại được gặp giữa một góc vườn thanh bình.

Hai người tìm một gốc bằng lăng bên bờ suối, chỗ bóng mát loang xuống mặt nước loang loáng nắng vàng. Trí lấy chiếc khăn rằn lau mồ hôi, còn Võ thì chống khuỷu tay lên gối, nhìn bạn đầy tò mò và xúc động.

Võ là người mở lời trước:

"Anh ơi… tôi phải báo tin này cho anh biết liền, kẻo anh mất ngủ cả đêm."

Trí nhìn sang, ánh mắt vẫn cảnh giác như thói quen từ bưng biền mang về:

"Tin gì mà ghê gớm vậy?"

Võ cười tủm, nhưng giọng lại rưng rưng:

"Em đã gặp chị Hoa. Em nói hết cho chỉ nghe… là cái chết của Tánh không phải do anh. Chỉ nghe xong, thôi không giận anh nữa."

Trí sững lại, tay khựng trên đầu gối. Một lúc lâu, anh mới cất tiếng, giọng trầm xuống:

"Thiệt hả mày?"

"Thiệt!" Võ đáp chắc nịch, rồi ngả người ra cỏ, như vừa trút được tảng đá đè trong lòng suốt bấy lâu.

"Chỉ còn nhắn rằng… chỉ muốn anh biết là chị vẫn chờ."

Trí im lặng, mắt nhìn ra dòng suối. Làn nước mát rượi như đang cuốn đi những tháng ngày oan nghiệt, nhưng cũng mang về một nỗi bồi hồi man mác.

Bỗng Võ chống tay ngồi thẳng dậy, nheo mắt tinh quái:

"Giờ tôi đố anh chuyện này, coi anh có đoán ra không."

"Chuyện gì?" Trí hỏi, giọng vẫn chưa hết ngẩn ngơ vì tin về Hoa.

"Chồng của chị Hoa là ai?"

Trí cau mày, nhìn bạn như muốn đọc ý trong mắt, nhưng Võ chỉ cười lém lỉnh, im lặng chờ.

Trí chau mày suy nghĩ, lần lượt lục tìm trong ký ức những gương mặt quen biết.

"Anh không đoán ra. Ở Sài Gòn người quen biết nhiều lắm, mà… sao mày lại hỏi vậy?"

Võ ngả người ra, hai tay chống xuống cỏ, miệng cười như cố kéo dài sự hồi hộp:

"Tại vì… đó là người mà anh biết rõ, thậm chí từng sống chung một chòi hồi ở bưng."

Trí quay phắt sang, đôi mắt sáng lên vì ngạc nhiên:

"Ai?"

Võ ngừng một nhịp, rồi nói rõ từng chữ:

"Anh Căn đó."

Không khí như chợt lặng đi. Tiếng suối róc rách vẫn chảy, nhưng trong tai Trí lại chỉ còn tiếng đập mạnh của trái tim. Hình ảnh người đồng đội năm xưa, dáng cao gầy, nụ cười trầm lặng, hiện về rõ rệt. Anh chậm rãi hỏi, giọng khản đặc:

"Thiệt hả?"

"Thiệt. Chính miệng chỉ nói đó."

Trí cúi đầu, bàn tay bóp chặt đầu gối. Trong lòng anh dâng lên một mớ cảm xúc hỗn độn: kinh ngạc, xót xa, và một nỗi đau âm ỉ vì biết rằng, trong tất cả những vòng tròn nghiệt ngã của số phận, anh và Hoa lại gặp nhau ở giao điểm của mất mát.

Võ thở dài, giọng chùng xuống:

"Ảnh bị cảnh sát bắn chết… ngay trong con hẻm sau nhà hai người."

Trí lặng người, mắt nhìn xuống dòng suối đang lững lờ chảy. Một cảm giác lạnh buốt chạy dọc sống lưng. Căn, người đồng đội đàn anh, từng sát cánh bên nhau qua bao cuộc hiểm nguy, vậy mà ra đi ngay trên mảnh đất anh từng bước qua mỗi ngày ở Sài Gòn.

Anh nuốt khan, rồi chợt nhớ lại vài chuyện vụn vặt: những lần Quý đưa tin, những manh mối bất chợt đến với anh. Lúc ấy anh không để ý, nhưng giờ ghép lại, mọi thứ trở nên sáng tỏ.

"Vậy ra… Quý làm việc theo chỉ thị của ảnh…" Trí buột miệng, giọng pha lẫn ngỡ ngàng.

Võ gật đầu:

"Ừ. Tôi cũng nghĩ vậy."

Trí ngửa mặt nhìn khoảng trời xanh trên tán bằng lăng, trong lòng dấy lên một nỗi bồi hồi khó tả. Sợi dây vô hình nối họ với Căn, với những ngày gian khó, vẫn còn nguyên đó, dù một số mắt xích đã vĩnh viễn mất đi.

Ngồi thêm một lúc, Trí bỗng khẽ nói, như đang nghĩ ra điều gì:

"Tao còn một chuyện muốn nhờ mày."

Võ ngẩng lên, chờ đợi.

"Hồi đó… anh có hứa với Quý là sẽ giúp một "góa phụ", không ngờ lại là Hoa, như mày biết đó. Giờ anh ở ẩn, khó ra mặt, nên… mày thay anh lo giùm. Anh sẽ nhờ thằng em mỗi tháng đem đến thư viện cho mày một số tiền, mày đưa lại cho Hoa."

Võ chậm rãi gật đầu, không hỏi thêm. Anh hiểu, đó không chỉ là một khoản trợ cấp, mà còn như cách Trí giữ gìn lời hứa lương tâm với người đã khuất. Và biết đâu, đâu đó trong đáy lòng, vẫn còn vương lại một mối ân tình với Hoa.

Trí nhìn bạn, ánh mắt lặng mà sâu:

"Mày giúp tao chuyện này, coi như tao đã trả được một phần món nợ với quá khứ."

Võ siết nhẹ tay Trí, đáp ngắn gọn:

"Anh yên tâm."

Gió từ bờ suối thổi qua, làm rì rào cả vạt bắp phía sau lưng. Trong khoảnh khắc ấy, cả hai đều biết, có những lời hứa và những món nợ không thể để mất, dù thời cuộc có đổi thay thế nào.

Võ xem đồng hồ, biết nếu không đi ngay thì sẽ lỡ chuyến xe đò cuối cùng trong ngày. Anh vội vã từ giã Trí, hẹn sẽ sớm liên lạc qua em trai của anh. Hai người cùng bước ra ngã ba Dầu Giây, nơi trạm xe đò nằm dưới tán một cây cổ thụ sum suê. Bên cạnh là một xe bán hủ tiếu, khói nghi ngút tỏa mùi thơm ngầy ngậy.

Khi cả hai đang đứng chờ, một người đàn ông Ra-đê, dáng gầy nhưng rắn rỏi, từ phía bên kia con suối bước tới. Ông ôm trong tay một con heo rừng con, chân bị trói ngoéo bằng dây mây, rồi đặt nó xuống bãi cỏ phía sau lưng, thong thả ngồi vào quán húp hủ tiếu ngon lành. Thỉnh thoảng, ông liếc mắt ra phía sau như để chắc rằng "hàng" vẫn an toàn, chờ chuyến xe đò sắp tới để gạ bán nó.

Nhưng bỗng con heo rừng bắt đầu loay hoay, xoay tròn mấy vòng rồi bất thần sút được dây trói. Trong nháy mắt, nó lao vút ra bìa rừng, lẫn khuất giữa những thân cây rậm rạp. Người đàn ông khoảng bốn mươi tuổi ấy hốt hoảng vứt đôi đũa, chạy loanh quanh đuổi theo. Tiếng cành lá xào xạc, nhưng con vật nhanh nhẹn đã biến mất hẳn vào khoảng xanh hun hút.

Trí đứng lặng, mắt dõi theo hướng nó biến mất, rồi khẽ lắc đầu. Anh nghĩ, đời sống thật khó nắm bắt, y như mối tình đầu của anh với Hoa, cứ tưởng đã ở ngay trong tầm tay, mà cuối cùng vẫn vuột mất. Và cũng như lý tưởng của anh, của Võ, của bao thanh niên cùng thời: mong nhìn thấy một ngày đất nước thật sự hòa bình, nhưng mãi vẫn chỉ là một bóng dáng xa vời, lẫn khuất sau rừng núi, chưa bao giờ chạm tới.

Chiếc xe đò lăn bánh, bỏ lại sau lưng ngã ba Dầu Giây chìm dần trong ánh chiều vàng sẫm. Võ ngồi sát cửa sổ, nhìn những hàng cao su lùi dần, bụi đỏ tung mù sau bánh xe. Trong đầu Võ, thật là trùng hợp với suy tư của trí, hình ảnh con heo rừng vừa thoát trói vẫn còn nguyên, như một ẩn dụ sống động cho những điều tưởng chừng chắc chắn nhưng rồi vuột mất.

Tới bến xe Sài Gòn, Võ không về nhà ngay mà ghé qua một quán cơm nhỏ, ăn qua loa cho đỡ đói. Đêm đó, anh trằn trọc, nghĩ về Hoa, về lời nhắn gửi của chị, và về món nợ nghĩa tình mà Trí đã tin tưởng giao lại.

Vài ngày sau, trước khi Võ có dịp đi thăm Hoa, người em trai của Trí tìm đến thư viện, lặng lẽ trao cho Võ một phong bì mỏng. Võ hiểu ngay đó là khoản trợ cấp đầu tiên mà Trí dành cho Hoa. Võ cẩn thận cất vào túi áo, chờ đến chiều thì đạp xe vào Bình Tiên.

Căn hẻm quen thuộc dần hiện ra trước mắt. Hoa mở cửa, ánh mắt ngạc nhiên rồi mềm lại khi thấy Võ. Anh không nói nhiều, chỉ đặt phong bì lên bàn:

"Đây… là của anh Trí gửi chị. Mỗi tháng em sẽ mang đến."

Nhận phong bì, Hoa vẫn chưa mở, ánh mắt chị hướng ngay sang Võ:

"Ảnh sống ra sao? Có ai săn đuổi ảnh không? Ảnh cũng khỏe chứ?"

Những câu hỏi dồn dập, giọng vừa lo lắng vừa mừng tủi. Võ mỉm cười trấn an:

"Anh Trí ở chỗ yên tĩnh lắm, vườn cây trái của cậu ảnh, gần bờ suối. Ảnh khỏe, chỉ rám nắng hơn trước. Ảnh dặn… chị đừng lo, ảnh vẫn nhớ lời chị nói."

Hoa nhìn phong bì, bàn tay run run. Không cần mở ra, chị cũng hiểu bên trong là gì. Trong khoảnh khắc ấy, đôi mắt chị long lanh, như vừa nhận được một lời hứa thầm lặng, rằng dù Trí ở đâu, anh vẫn luôn nghĩ về chị.

Võ khẽ gật đầu chào, rồi quay ra. Trong ánh hoàng hôn buông xuống hẻm nhỏ, anh thấy lòng nhẹ đi. Một phần vì đã làm tròn lời bạn, một phần vì tin rằng mình vừa mang lại cho Hoa một chút ấm áp giữa những ngày còn nhiều giá lạnh.

Khi Võ đã quay gót ra về, căn nhà nhỏ chìm vào khoảng lặng. Hoa ngồi bất động hồi lâu, phong bì vẫn còn nguyên trên tay. Hoa chưa vội mở, chỉ áp nó lên ngực, nơi trái tim đang đập dồn dập.

Bao nhiêu câu hỏi vẫn còn chưa được giải đáp, nhưng trong lòng chị, nỗi lo âu mịt mờ bấy lâu nay đã bớt nặng. Giữa cảnh đời chật vật, giữa những đêm dài tưởng đã mất nhau vĩnh viễn, giờ đây chị có thể tin rằng anh vẫn ở đâu đó, vẫn nghĩ đến mình, và vẫn chờ một ngày trở lại.

Ngoài kia, nắng chiều đã tắt hẳn, để lại bầu trời bảng lảng ánh tím. Hoa khép cửa, châm ngọn đèn dầu. Trong gian nhà đơn sơ, ngọn lửa nhỏ lập lòe soi lên gương mặt nàng, một gương mặt đang dần tỏa sáng bởi niềm hy vọng vừa hồi sinh.

8. Chia tay trong lòng

Chín năm sau ngày Trí và Võ từ bỏ chiến khu trở về Sài Gòn, miền Nam dậy sóng. Cuộc đảo chánh bất ngờ làm rung chuyển cả bộ máy chính quyền. Trong chớp mắt, tình thế thay đổi: những nhà tù chật cứng người vì lý do chính trị nay bất ngờ được mở toang. Từng toán tù nhân lũ lượt trở về, có cả những người đã bị đày biệt xứ ra tận Côn Đảo.

Chính quyền mới tỏ ra cởi mở hơn, ít ra là trong giai đoạn đầu: báo chí có nhiều tiếng nói đa dạng, các đảng phái thi nhau thành lập, phong trào hội họp, diễn đàn nở rộ. Không khí chính trị, sau nhiều năm bị nén chặt, nay bung ra như một dòng nước vỡ bờ.

Trong bầu khí ấy, Trí lặng lẽ rời bỏ nơi lánh nạn, trở về Sài Gòn, và "sống lại" với tên Trí quen thuộc mà cha mẹ đã đặt cho anh lúc chào đời. Cha mẹ anh mừng rỡ đón con trai, nhưng niềm vui xen lẫn nỗi lo. Họ cẩn trọng dặn dò anh coi chừng từng lời ăn tiếng nói, hiểu rõ rằng sự khoan dung nào của chính quyền rồi cũng có giới hạn.

Với Trí, sự trở về này mở ra một khoảng không gian khác hẳn: anh có thể đi lại tự do hơn, không còn ám ảnh bị dõi theo từng bước. Và điểm đến đầu tiên hiện lên trong ý nghĩ anh chính là nhà Hoa. Nhưng khi đang ngồi giữa vòng tay gia đình, trước ánh mắt hân hoan của cha mẹ, sự săn đón của vợ con, lòng anh lại chùn xuống. Anh biết, chưa phải lúc.

Tin Trí trở về nhanh chóng tới tai Võ. Vừa nghe xong, anh gần như không tin nổi, phải hỏi đi hỏi lại cho chắc. Đoạn, không kịp chần chừ, Võ phóng xe đạp một mạch về hướng Bình Tiên. Đến đầu hẻm quen thuộc, anh không kịp lấy hơi đã gọi lớn:

"Chị Hoa ơi! Tin mừng đây! Tin mừng lớn lắm!"

Hoa vội bước ra, tay vẫn còn cầm cái áo ướt đang giặt. Nhìn thấy nét mặt bừng sáng của Võ, tim chị chợt thắt lại.

"Có chuyện gì vậy anh Võ?"

Võ dựng xe, vừa thở hổn hển vừa nói như reo:

"Anh Trí… ảnh trở về rồi!"

Chị đứng lặng, đôi môi mấp máy nhưng không thốt thành lời. Đôi mắt long lanh, vừa bàng hoàng vừa ngập tràn niềm tin, niềm tin mà chị đã ôm giữ trong lặng lẽ suốt bao tháng ngày.

Những ngày sau đó, Hoa sống trong tâm trạng nửa mừng nửa lo. Tin Trí đã trở về khiến lòng chị rộn rã, nhiều lần thôi thúc muốn tìm đến ngay. Nhưng mỗi lần vừa khởi ý, chị lại khựng lại, ý nghĩ chua chát chặn đứng bước chân: "Người ta đã có vợ rồi… mình còn đến để làm gì?" Thế là chị đành cắn răng chờ, vừa hy vọng, vừa dằn vặt.

Phần Trí, anh cũng không thôi nghĩ đến Hoa. Trong niềm vui đoàn tụ gia đình, vẫn còn đó một khoảng trống sâu hoắm nơi trái tim anh. Anh muốn đến ngay để gặp lại người xưa, để nói một lời, nhưng mỗi lần nghĩ đến, mặc cảm với người vợ hiện tại lại kéo anh chùng xuống.

Sau cùng, anh tâm sự với Võ. Võ nghe xong chỉ gật gù, rồi nói dứt khoát:

"Cứ để em đi với anh. Dù sao chị Hoa cũng xứng đáng được gặp anh một lần, sau bao nhiêu chuyện."

Trí nhìn Võ, đôi mắt lộ rõ nỗi ray rứt. Nhưng rồi anh khẽ gật đầu. Anh hiểu, cuộc gặp ấy là điều không thể tránh, và có lẽ cũng là cách duy nhất để giải tỏa mối nợ tình cảm còn vương vấn suốt những năm tháng qua.

Một buổi chiều yên ả, Trí theo Võ vào con hẻm nhỏ ở Bình Tiên. Con hẻm hẹp, có nơi lát gạch cũ, hai bên lố nhố những mái nhà ngói loang màu thời gian. Trí đi chậm, lòng dâng trào cảm giác vừa thân thuộc vừa xa lạ. Mỗi bước như nặng trĩu, bởi phía trước là người anh khao khát gặp lại, nhưng cũng là nỗi băn khoăn chưa tìm được lời giải.

Hoa đang ngồi xếp áo bên cửa. Thấy Võ và người đàn ông đi cùng, chị thoáng giật mình. Đôi mắt ngập ngừng nhìn Trí, vừa bàng hoàng vừa ngờ ngợ, như không tin được đây là sự thật.

Trí đứng lại trước hiên, giọng khàn hẳn đi:

"Hoa…"

Chỉ một tiếng gọi thôi, bao nhiêu dồn nén vỡ òa. Đôi tay Hoa run rẩy, mớ áo rơi khỏi lòng, mắt nhòa lệ. Chị khẽ lắc đầu, nghẹn ngào:

"Em tưởng… sẽ không còn được thấy anh nữa."

Trí cúi mặt, không dám bước tới gần hơn. Một mặc cảm vô hình đang xiết chặt trong tim: mặc cảm với vợ ở nhà, và cả với chính Hoa. Nhưng khi ngẩng lên, bắt gặp ánh mắt ngấn lệ ấy, mọi lời toan tính bỗng tan biến. Anh chỉ còn biết đứng đó, nhìn người đàn bà năm xưa từng là cả bầu trời trong anh, mà giờ đây lại như một giấc mơ sống lại giữa đời thực.

Võ lặng lẽ đứng sang một bên, để mặc cho hai người đối diện nhau. Anh hiểu, không cần thêm một lời nào, khoảnh khắc này tự nó đã chất chứa nhiều hơn ngàn vạn câu giải thích.

Một lúc lâu sau, Hoa mới gượng lên tiếng. Giọng chị run nhưng rành rọt từng chữ:

"Sao… anh không đến sớm hơn? Bao nhiêu ngày… em chờ, em trách, rồi lại ân hận."

Trí khẽ cúi đầu,

"Anh biết… anh có lỗi. Nhưng ngày đó, mọi chuyện rối ren quá… rồi anh bị đẩy đi xa."

Hoa nhìn anh, đôi mắt ngấn nước nhưng vẫn ánh lên sự dịu dàng ngày cũ:

"Em đâu cần anh phải giải thích. Chỉ cần biết anh còn sống… là đủ."

Nghe vậy, Trí lặng đi. Bao lời định nói bỗng nghẹn lại nơi cổ họng. Anh chỉ khẽ gật đầu, như một lời hứa lặng thầm rằng từ nay, ít nhất anh sẽ không để nàng phải sống trong bóng tối của mất mát thêm một lần nữa.

Võ đứng nép bên cột nhà, cảm thấy ngột ngạt. Anh bèn giả vờ ho khẽ, rồi nói:

"Hai người chắc còn nhiều chuyện để nói. Tôi ra ngoài chợ một lát."

Nói rồi, anh lặng lẽ rời đi, để lại gian nhà chỉ còn lại hai người, cùng với nỗi niềm ngổn ngang đang dần được gỡ mở.

Khi cánh cửa vừa khép lại sau lưng Võ, căn nhà chìm trong khoảng yên lặng. Chỉ còn tiếng kim đồng hồ tích tắc và nhịp thở ngập ngừng của hai người.

Hoa ngồi xuống mép giường tre, tay vẫn xoắn lấy vạt áo. Trí đứng một lát rồi cũng khẽ bước tới, nhưng vẫn giữ một khoảng cách dè dặt.

Hoa ngẩng nhìn, giọng chậm rãi:

"Hồi nghe tin anh… đã chết, em tưởng mình cũng không sống nổi. Rồi lại nghe tin còn, lòng em mừng mà cũng sợ. Sợ gặp lại thì anh không còn là anh nữa."

Trí khẽ lắc đầu:

"Anh vẫn là Trí của ngày nào, chỉ khác là lúc đó đời bắt anh khoác một cái tên khác. Nhưng… anh có vợ rồi. Anh không muốn em vì anh mà thêm khổ."

Đôi mắt Hoa nhòa lệ, song vẫn ánh lên sự dịu dàng không giấu được:

"Em biết. Nhưng tình cảm… đâu phải muốn dứt là dứt được. Bao năm qua, em chỉ mong một lần được nghe chính miệng anh nói… là anh chưa từng quên."

Trí nắm chặt hai bàn tay, ngập ngừng rất lâu rồi mới thốt:

"Anh chưa bao giờ quên. Dù ở đâu, trong hoàn cảnh nào, em vẫn là một phần trong đời anh."

Hoa cúi mặt, nước mắt rơi xuống vạt áo. Lời ấy, chị đã chờ bao năm, và giờ đây, nghe được rồi, lại càng đau hơn. Vì hạnh phúc ấy đến quá muộn, trong khi khoảng cách giữa họ đã trở thành vực sâu không thể nào bước qua.

Giữa lúc không khí trong gian nhà như đặc quánh lại, ngoài cửa vang lên tiếng dép lẹp xẹp, rồi tiếng trẻ gọi khe khẽ:

"Má ơi… con về rồi!"

Hoa giật mình, vội đưa tay quệt nước mắt. Võ mở cửa, bé Mai bước vào, vai còn đeo cặp sách cũ kỹ, mái tóc rối bời sau buổi học. Đứa bé ngước mắt nhìn Trí, ánh nhìn tò mò, bẽn lẽn.

"Con chào… chú."

Trí lặng người. Trong giây phút ấy, mọi xúc cảm riêng tư như tan ra, chỉ còn lại một thực tế hiển hiện: đứa bé này chính là tương lai, là gánh nặng mà Hoa phải gồng gánh một mình. Anh thấy tim mình thắt lại, vừa xót xa vừa thương cảm.

Hoa đặt tay lên vai con, giọng dịu dàng:

"Đây là chú Võ, còn đây là… bạn của má."

Trí không nói thêm, chỉ khẽ gật đầu, mắt dõi theo bé Mai đang ngồi xuống góc bàn, mở cặp lấy sách ra. Bàn tay nhỏ nhắn lật từng trang tập với nét hồn nhiên của tuổi thơ, mà trong mắt anh, lại như một lời nhắc nhở: quá khứ dẫu tha thiết đến đâu, hiện tại vẫn cần một con đường thực tế để bước tiếp.

Trí hít sâu, quay sang Hoa, giọng chậm rãi nhưng dứt khoát:

"Anh không thể cho em nhiều… nhưng anh muốn lo cho con bé. Để nó ăn học tới nơi tới chốn."

Hoa sững người, đôi mắt lại nhòa đi. Nàng hiểu, đó vừa là một lời chia tay thầm lặng, vừa là một mối gắn kết không bao giờ dứt, được gửi gắm nơi đứa con gái bé bỏng.

Khi nắng chiều đã ngả vàng cuối hẻm, Võ khẽ đứng dậy, như một dấu hiệu nhắc Trí rằng đã đến lúc nên từ giã, để Hoa còn kịp lo bữa cơm cho con gái vừa tan học về.

Ra khỏi nhà Hoa, hai người đàn ông cùng sánh bước trong con hẻm vắng. Họ không nói gì cho đến khi rẽ vào một quán cà phê vỉa hè, dưới bóng cây me già.

Trí ngồi xuống, châm một điếu thuốc, khói lặng lẽ bay theo gió chiều. Võ gọi hai ly cà phê đen, rồi mở lời:

"Anh thấy sao?"

Trí im lặng một lúc, ánh mắt dõi ra đường xe cộ qua lại. Rồi anh nói, giọng trầm tĩnh nhưng chứa nặng ưu tư:

"Anh vẫn có vợ, có gia đình. Không thể để Hoa phải vướng thêm khổ lụy. Cái anh có thể làm được bây giờ… là lo cho cháu Mai học hành thành tài. Như vậy cũng là giữ trọn một phần tình nghĩa với Hoa, mà không phụ chị ở nhà."

Võ gật đầu, thấy trong mắt bạn một nỗi ray rứt nhưng cũng ánh lên sự quyết liệt.

9. Cánh bướm trong nắng

Những ngày ấy, Sài Gòn mở ra một khoảng không có vẻ thoáng hơn, khiến Trí và Võ thường rủ nhau ngồi ở một quán cà phê vỉa hè. Cái quán nhỏ, với tiếng muỗng chạm ly, với khói thuốc quyện vào hơi cà phê đậm, trở thành nơi hai anh em trút bớt những băn khoăn không nói cùng ai khác. Họ không chỉ trò chuyện về chuyện cơm áo hay chính trị ngoài kia; điều day dứt hơn là câu hỏi cho chính mình: rồi đời mình sẽ đi đâu, sống thế nào cho xứng với tuổi trẻ vừa thoát khỏi chiến tranh mà đã sớm chạm mặt những ngõ cụt.

Có người trong bạn bè tin vào khoa học, lý trí, hy vọng trí thức Tây học sẽ soi đường. Có người lại lặng lẽ tìm về cội nguồn dân tộc, nghĩ rằng sức mạnh thật sự nằm ở chỗ bám rễ vào truyền thống. Nhưng càng đọc, càng bàn, càng thấy mỗi hướng đi đều dang dở, không ai đủ can đảm khẳng định đâu là lối thoát cho một thế hệ vừa khao khát đổi mới, vừa lo sợ lạc lõng.

Trong cái hỗn tạp ấy, những buổi cà phê chiều trở thành dịp để Trí và Võ lần dò, thử đặt tên cho những nỗi bất an còn mơ hồ. Có khi họ xoay quanh chuyện văn chương, lúc lại dừng ở triết học hiện sinh, rồi bất chợt dừng lại bên những trang thơ Tagore, mang đến một ánh nhìn nhân bản, rộng lớn hơn những loay hoay của chính trường.

Trí khẽ thở dài, giọng chùng xuống:

"Cái bể học của người ta sao mà bao la quá, còn mình thì cứ quanh quẩn trong mấy bài thơ xưa học ở trường. Càng đọc, càng thấy mình nhỏ bé."

Võ chống cằm, ánh mắt trĩu nặng:

"Tôi cũng thấy vậy. Nhiều khi muốn học cho bằng người ta mà chẳng biết bắt đầu từ đâu. Đọc sách thì chỉ thấy mình tụt hậu, càng đọc càng thấy khoảng cách mênh mông."

Câu nói buông xuống rồi lịm đi, để lại giữa hai người một khoảng lặng chùng nặng. Trong tiếng xe cộ vội vã ngoài phố, họ lại nghe rõ hơn nhịp đập bồn chồn của chính mình, những người trẻ còn loay hoay chưa định hình được một hướng đi. Trước mắt là một ngã ba lịch sử mờ mịt; trong lòng là câu hỏi cho chính thân phận: phải chọn con đường nào để vừa không đánh mất gốc rễ, vừa không bị bỏ lại phía sau trong nhịp bước dồn dập của thời đại?

Trong khi còn mải mê với những suy tư rối bời, ánh mắt Trí bỗng bị kéo về cuối con hẻm. Trong ánh nắng vàng như phủ một lớp bụi mơ hồ, thấp thoáng một dáng hình thướt tha hiện ra. Hay nói đúng hơn, đó là hai tà áo dài trắng khẽ bay trong gió, gợi một nét mong manh mà rực rỡ. Cô gái bước chậm rãi, mái tóc uốn phồng theo kiểu thịnh hành, vừa quen vừa lạ, như một đoạn nhạc ngoại tình cờ lọt vào giữa dòng nhạc quê hương.

Trí chợt buột miệng kêu lên, nửa bông đùa, nửa say mê:

"Sylvie Vartan!"

Anh nhắc đến tên ca sĩ và minh tinh Pháp từng làm mưa làm gió trên màn bạc, khiến Võ cũng quay đầu nhìn theo, rồi mỉm cười tán đồng.

Dù nước Pháp đã rời khỏi Việt Nam gần mười năm, dấu ấn văn hóa của họ vẫn in đậm trong tâm trí nhiều trí thức và giới trẻ Sài Gòn. Chỉ một kiểu tóc của một ngôi sao ca nhạc hay minh tinh bên trời Âu cũng đủ trở thành "mode" thời thượng, được các nữ sinh trong thành phố rập ràng làm theo.

Còn với các chàng trai, mỗi buổi gặp gỡ ở quán cà phê vỉa hè thường chẳng thể thiếu những tên tuổi lớn của văn học Pháp. Từ

Albert Camus đến Jean-Paul Sartre, từ những tranh luận về triết lý hiện sinh đến những câu chuyện về tự do cá nhân. Trong tay họ, người ta có thể bắt gặp một cuốn 'L'Étranger' (hay bản dịch 'Kẻ xa lạ') đã sờn gáy, được chuyền tay nhau, được nâng niu gần như kinh thánh, như một thứ huân chương cho lòng trung thành với phong trào hiện sinh từng lên ngôi nơi xứ người.

Trí khẽ đặt ly cà phê xuống, mắt vẫn dõi theo bóng tà áo dài khuất dần ở cuối đường. Anh nói, giọng trầm ngâm:

"Thật lạ… người ta chống thực dân, nhưng lại say mê văn chương, triết học, âm nhạc của họ. Cứ như vậy mà hai nước Pháp tồn tại song song: một nước Pháp đô hộ, và một nước Pháp của tư tưởng và cái đẹp."

Võ bật cười nhẹ:

"Chắc tại mình thấy trong sách vở Pháp có cái gì đó vượt khỏi khuôn khổ chật hẹp của xứ mình. Như những gì Camus đã viết chẳng hạn… về nỗi 'phi lý' của đời người, nghe vừa xa lạ, vừa gần gũi."

Trí gật đầu, trầm giọng:

"Ừ. 'Kẻ xa lạ'… con người ấy đứng trước cuộc đời, không còn chỗ bấu víu nào ngoài sự lựa chọn cá nhân. Anh nghĩ… cũng giống dân mình bây giờ. Sau bao năm chiến tranh, mỗi người bị ném vào hoàn cảnh, rồi phải chọn, chọn phe này hay phe kia. Nhưng mấy ai được chọn làm chính mình?"

Giữa lúc Trí và Võ đang trò chuyện, một bóng dáng quen thuộc bước vào quán. Đó là Đức, người bạn trẻ hàng xóm của Trí, hiện đang học Văn khoa. Trên tay anh là một cuốn sách bìa đã sờn, đặt nhẹ xuống bàn như một món bảo vật.

Võ liếc xuống, ngạc nhiên bật hỏi:

"Ủa, bây giờ tiệm mướn sách có cho mướn thơ Tagore hả?"

Rabindranath Tagore là một nhà thơ nổi tiếng của Ấn Độ từng đoạt giải Nobel Văn Học.

Đức bật cười, lắc đầu:

"Không đâu. Một thằng bạn bên Văn khoa tình cờ gặp tôi ngoài cổng trường, thấy tôi tò mò nên cho mượn thử."

Trí hỏi xen vào:

"Đức đã bao giờ đọc Tagore chưa?"

Đức lắc đầu:

"Chưa. Vốn thơ của em thì nghèo lắm, chỉ dừng lại ở mấy bài phải học thuộc lòng hồi trung học. May mà mấy thầy cô hồi đó có gu tốt. Nhờ vậy, bây giờ em cũng có sẵn vài câu thơ hay để buột miệng mỗi khi cảm hứng trỗi dậy."

Trí mỉm cười:

"Ý Đức là lúc thấy mình đang bay bổng hay đang lãng mạn?"

Đức gật gù:

"Chính xác! Dù chỉ là một cơn xúc động bất chợt hay tia hứng khởi thoáng qua, mấy câu thơ thầy cô dạy ở trung học tự nhiên tuôn ra."

Trí chống tay lên bàn, giọng suy tư:

"Người ta hay chê học thuộc lòng là học vẹt. Nhưng với thơ, tôi nghĩ ngược lại. Khi mình thuộc một bài thơ, nó thấm vào hồn mình. Nó trở thành một phần của mình."

Câu nói như trúng tim đen của Đức, anh ngả lưng ra sau, mắt lim dim như đang lắng nghe một âm điệu xa xăm, rồi bất chợt cất giọng ngâm nga, nối tiếp hết câu này đến câu khác trong ký ức.

"Thơ," Đức nói chậm rãi, "là ngôn ngữ không biên giới. Là tiếng nói của con tim, là tiếng vọng của tâm hồn!"

Anh dừng lại một chút, rồi mỉm cười tinh nghịch:

"Mỗi khi thấy lòng rạo rực, tôi lại buột miệng đọc Nguyễn Công Trứ."

Ngẩng đầu, anh ngâm rõ từng chữ, giọng ngân vang trong quán nhỏ:

"Tước hữu ngũ, sĩ cư kỳ liệt
Dân hữu tứ, sĩ vi chi tiên
Có giang sơn thì sĩ đã có tên..."

Võ bật cười, vỗ tay tán thưởng.

Đức hào hứng nói tiếp:

"Còn lúc muốn cười vui trong bụng thì tôi nghĩ ngay đến Tú Xương."

Rồi anh lại cất tiếng:

"Trên ghế bà đầm ngoi đít vịt
Dưới sân ông Cử ngẩng đầu rồng."

Anh bật cười, lắc đầu, rồi giọng chợt dịu xuống:

"Còn khi rung động trước thiên nhiên, tôi lại nghĩ đến Bà Huyện Thanh Quan:

'Cỏ cây chen đá, lá chen hoa.'"

Võ gật đầu, mỉm cười đồng tình:

"Đơn giản thôi… nhưng thấm thía lắm."

Gió ngoài đường thổi vào, lùa qua những tàu lá me rợp bóng, ánh nắng trưa loang lổ trên nền gạch tàu cũ kỹ. Tiếng rao của người bán hàng rong, tiếng xe đạp lách cách từ xa vọng lại, tất cả như lắng xuống khi Đức chậm rãi tiếp lời:

"Còn khi lòng muốn tìm sự tĩnh lặng, thì Nguyễn Khuyến bao giờ cũng là người lên tiếng với tôi:

'Ao thu lạnh lẽo nước trong veo
Một chiếc thuyền câu bé tẻo teo.'"

Võ bật cười khô khốc, rồi buông lời:

"Và dĩ nhiên, khi thấy đời có chút trớ trêu, mình lại nhớ ngay đến một câu khác của ông:

'Vườn rộng rào thưa khó đuổi gà.'"

Đọc xong anh lắc đầu, tự cười với chính mình:

"Một cách nói khéo để giữ thể diện khi nghèo quá như tui đây, khách đến chơi mà không có gà để đãi!"

Tiếng cười của Võ vừa dứt thì khoảng lặng chùng xuống. Trí ngồi im, đôi mắt lạc đi, như thể những câu thơ vừa rồi không còn đủ để xoa dịu nỗi nghĩ suy trong lòng. Anh cảm thấy giữa niềm hứng khởi văn chương và thực tại nghiệt ngã có một khoảng cách lớn. Học thuật, thi ca của ta, so với phương Tây, dường như vẫn còn luẩn quẩn trong nỗi niềm riêng tư, chưa đủ sức soi đường cho một dân tộc đang lầm lũi đi trong bóng tối.

Trí ngập ngừng giây lát, rồi thong thả cất tiếng:

"Nhưng nghĩ lại… thơ ca của mình vẫn có phần hạn hẹp. Nó chạm đến tâm hồn, đến nỗi niềm riêng, nhưng chưa đủ để dẫn dắt cả một dân tộc đi tới."

Cả ba cùng lặng đi. Trong quán, chỉ còn lại ba ly nước chanh, và ba tâm hồn trẻ tuổi xoay quanh một câu hỏi: "Thơ ca sẽ đưa họ đi đâu, chỉ là tiếng thở dài của một thời, hay có thể trở thành ngọn lửa soi đường cho tương lai?"

Đức khẽ nhấp một ngụm nước chanh, đặt ly xuống, giọng chắc nịch:

"Không đâu, anh Trí. Đừng xem thường thi ca. Nó có sức mạnh hơn mình tưởng."

Võ gật gù tiếp lời:

"Đúng vậy. Một câu thơ hay, người ta nhớ cả đời. Rồi đến một lúc, nó trở thành động lực để người ta đứng dậy, hành động."

Đức mỉm cười, ánh mắt sáng lên:

"Cái hay của thơ là thế. Nó thấm vào tâm hồn mà không cần gõ cửa. Đến khi cần, nó bật dậy, như một bản nhạc đã in sẵn trong trí nhớ."

Trí im lặng, khói thuốc trên tay anh quẩn thành từng vòng mỏng. Anh chậm rãi nói:

"Có lẽ Đức nói đúng. Nhưng tôi e rằng thơ mình lẩn quẩn cũng chỉ bấy nhiêu thôi. Liệu nó có đủ sức dẫn cả một dân tộc đi tới ngày mai, hay chúng ta vẫn cần một điều gì khác lớn hơn?"

Cả ba lại chìm trong suy tư. Một thoáng sau, Đức lên tiếng, phá vỡ bầu không khí lặng lẽ bằng câu hỏi hướng về Trí:

"Tại sao anh lại nghĩ vậy? Thơ văn của mình cũng đâu phải là ít. Hồi trước học, đúng là nhiều bài xoay quanh kiếp nhân sinh, nhưng cũng không thiếu những bài diễn đạt cảm xúc con người, và cả sự giao hòa giữa con người với thiên nhiên nữa mà."

Trí khẽ nhếch môi cười, nhưng ánh mắt vẫn đượm vẻ trầm tư:

"Đúng, những bài thơ ấy đẹp, chạm đến cảm xúc con người, khiến ta rung động trước thiên nhiên, trước nỗi niềm nhân thế.

Nhưng thử nghĩ xem, có bao nhiêu bài thơ của ta đủ sức đánh thức một dân tộc?"

Anh dừng lại, gạt tàn thuốc, giọng trầm xuống:

"Thơ của mình thường gói gọn trong tâm trạng cá nhân. Nó giúp ta an ủi, đồng cảm, nhưng hiếm khi đặt ra một viễn cảnh lớn hơn, một mục tiêu chung cho cả xã hội hay nhân loại. Trong khi đó, ở phương Tây, văn chương và triết học có khi trở thành ngọn đuốc soi sáng, mở lối cho cả một thời đại."

Đức nhìn Trí dò hỏi,

"Ý anh là… thơ của mình quanh quẩn cũng chỉ bày tỏ thái độ cá nhân: dù yếm thế hay nhập cuộc, tự trào hay châm biếm, chê bai hay phản kháng quyền lực đương thời?"

"Hầu như vậy, nếu tôi không nói quá," Trí gật đầu. "Vì trong những bài thơ mình học ở trường, đa phần chỉ xoay quanh những điều Đức vừa kể. Thơ người ta thì khác."

Trí trầm ngâm một lúc, rồi đưa tay chỉ vào tập thơ Tagore của Đức đang đặt trên bàn:

"Thí dụ như thơ Tagore đây, thường gợi mở nhiều suy ngẫm tri thức và triết học. Chính vì thế, đọc thơ Tagore, mình dễ có cảm giác bay bổng, như được mở ra một chân trời mới."

Ngoài phố, dòng xe cộ vẫn hối hả trôi qua, cuốn theo bụi nắng cuối ngày. Trong quán nhỏ, ba người trẻ lặng nhìn tập thơ của tác giả người Ấn trên bàn, như một lời mời gọi bước ra khỏi lũy tre làng quê nhà.

Sau một lúc lâu, Trí đưa tay với lấy tập thơ Tagore. Lật vài trang, rồi chậm rãi đọc cho Võ và Đức nghe:

"Dòng chảy của sự sống chảy qua huyết quản tôi ngày đêm cũng chính là dòng chảy đang lưu chuyển trong vũ trụ, nhảy múa theo những nhịp điệu hài hòa."

Anh ngẩng lên, khẽ mỉm cười:

"Đọc câu này, tôi thấy đời mình cũng chỉ là một giọt nước trong biển lớn, nhưng hòa vào đó thì đâu có mất đi."

Võ chống cằm, gật gù:

"Ừ, nghe vậy tự dưng thấy nhẹ."

Trí lại lật sang một trang khác, giọng anh trở nên nghiêm hơn:

"Xin đừng để tôi cầu nguyện được che chở khỏi hiểm nguy, mà hãy cho tôi can đảm đối diện với chúng."

Đức lặng yên, mắt đăm chiêu. Còn Võ thì buột miệng:

"Câu này đáng làm châm ngôn cho tụi mình. Thời buổi này, cầu bình yên cũng vô ích. Chỉ còn cách bước thẳng tới thôi."

Trí khép sách lại, rồi đọc nốt những dòng cuối như để tự nhắc mình:

"Đức tin là chú chim cảm nhận ánh sáng ngay cả khi bình minh vẫn còn tăm tối."

Khoảng lặng bao trùm căn phòng. Võ nhìn Trí, giọng khẽ:

"Ờ, có lẽ chính cái niềm tin đó mới giữ mình đứng vững nổi."

Trí thở dài, rồi bất ngờ mở lại trang chót, đọc thêm một câu:

"Con bướm không đếm tháng mà đếm khoảnh khắc, và thế là đủ thời gian."

Anh khép sách lại, khẽ nói tiếp:

"Có lẽ, tình yêu cũng vậy. Ngắn ngủi thôi, nhưng vẫn đủ để mang theo cả một đời."

Bất kể ẩn ý triết lý bên trong, lần này Trí chỉ mỉm cười trong thoáng ngẩn ngơ, như bị kéo về một ký ức riêng: đôi mắt Hoa, một bóng dáng mong manh, thoáng qua như cánh bướm ấy. Võ không nói gì thêm, chỉ ngước nhìn bạn, thầm hiểu rằng câu ấy không phải để bàn, mà để lắng trong tim.

Đặt cuốn sách xuống, Trí khẽ thì thầm, như nói với chính mình:

"Tagore đâu chỉ viết về cái đẹp, mà còn mở ra một cách nhìn bao la, chỉ cho ta biết yêu thương nhưng cũng biết buông bỏ. Thơ ca, suy cho cùng, là để con người tìm thấy nhau, tìm thấy chính mình, và tìm thấy chỗ đứng trong vũ trụ."

Trong ánh chiều nhập nhoạng, cả ba ngồi lặng đi. Giữa buổi hỗn mang của thời cuộc, họ thấy trong những vần thơ kia thấp thoáng một lối mở khác, không phải con đường quyền lực hay lợi danh, mà là hành trình tìm kiếm ý nghĩa cho chính đời mình.

Trí khép tập thơ lại. Dư âm cánh bướm chập chờn trong tâm trí, mong manh như một bóng hình, đâu đó vẫn còn hiện diện.

10. Bể biếc

"Anh không xứng là biển xanh,
Nhưng cũng xin làm bể biếc..."

(Biển; Xuân Diệu)

Tạo hóa dường như khéo trêu ngươi, đã khiến Trí sau mấy năm yên bề gia thất, lại bất ngờ gặp Hoa trong một hoàn cảnh éo le, đánh thức nơi anh những hồi ức tưởng chừng đã chôn kín. Gặp mặt rồi, anh nào nỡ quay lưng. Nếu không còn là tình yêu thì vẫn còn đó tình nghĩa, và lương tâm không cho phép anh bỏ mặc mẹ con Hoa bơ vơ. Thế là Trí quyết định lo liệu cho họ có một cuộc sống ổn định hơn.

Âm thầm, anh dò hỏi khắp nơi rồi tìm đến người dì có cơ sở may nhỏ ở ngoại ô, xin cho Hoa một chân thợ phụ. Anh tin rằng với đôi tay khéo léo, nàng sẽ sớm trở thành thợ chính, có thu nhập ổn định để nuôi hai mẹ con.

Chiều hôm ấy, Trí hẹn gặp Hoa ở quán cà phê nhỏ bên lề con đường dẫn đến tiệm may. Trên bàn chỉ có hai tách trà còn bốc hơi. Trí hắng giọng, mỉm cười trấn an:

"Anh đã nhờ được người bà con lo cho em việc ở tiệm may y phục phụ nữ. Ở hơi xa một chút, em sẽ phải đi xe buýt hằng ngày, nhưng chủ tiệm là người hiền lành, tử tế. Em cứ yên tâm."

Hoa ngồi thẳng người, đôi mắt sáng hẳn lên:

"Thiệt vậy sao anh? Em có việc rồi hả? Mừng quá… Bao lâu nay chỉ lo sợ không nuôi nổi con ăn học như người ta, giờ thì có hy vọng rồi!"

Nàng nói liền một hơi, như thể muốn trút hết bao nỗi lo dồn nén bấy lâu. Trí vẫn bày tỏ mối e ngại chuyện Hoa phải đi làm xa, nhưng nàng vẫn phấn chấn:

"Đi làm xa cũng được, may mà Mai bây giờ cũng lớn, có thể ở nhà một mình. Em đỡ lo hơn."

Trí hỏi ngay:

"Cháu học tới đâu rồi?"

"Vừa xong tiểu học, chuẩn bị lên trung học," Hoa đáp, giọng không giấu được vẻ tự hào. Nàng ngập ngừng một chút rồi chợt nhớ ra, lục trong túi lấy ra một tờ đơn, đẩy về phía Trí:

"Anh… anh giúp em điền cho Mai. Em muốn cho con thi vào trường nữ trung học Gia Long, nhưng em không rành cách viết."

Trí đón lấy tờ đơn, thoáng ngạc nhiên. Một cảm giác lạ lùng dâng lên, như thể anh đang làm nghĩa vụ của một người cha. Anh biết rõ vai trò ấy không thuộc về mình, nhưng trong khoảnh khắc, việc giúp Hoa điền từng dòng chữ lại trở thành một bổn phận khó cưỡng. Không còn đơn thuần là cử chỉ nghĩa hiệp dành cho một người bạn, mà dường như là một sứ mệnh vô hình, thôi thúc anh bắt tay vào việc.

Trở về thực tại, Trí ngạc nhiên:

"Em tính cho cháu vô Gia Long sao? Trường đó nổi tiếng lắm, đâu phải dễ."

Hoa cúi mặt, giọng vẫn cương quyết:

"Em biết. Nhưng nó lanh lợi, lại ham học. Em muốn cho nó một cơ hội… biết đâu nhờ học hành mà nó có tương lai khác hơn mẹ nó."

Trí cầm tờ đơn, đọc qua rồi chậm rãi gật đầu:

“Được. Anh sẽ giúp điền. Nhưng trước hết, em phải chuẩn bị cho cháu kiến thức cần thiết. Kỳ thi vào đó khá gắt gao.”

Hoa nhìn Trí, ánh mắt sáng lên:

“Nếu được… thỉnh thoảng anh chỉ cho cháu. Nó mê sách, mà lại quý anh.”

Trí mỉm cười:

“Anh sẽ sắp xếp. Con nít ham học là điều đáng quý. Cứ để anh lo.”

Trí lặng lẽ mở tập giấy, cầm viết bắt đầu điền vào đơn. Hoa ngồi bên cạnh, chăm chú nhìn từng hàng chữ. Khi nàng với tay định lấy thêm một tờ giấy trắng, bàn tay khẽ chạm vào ngón tay anh. Cả hai sững lại trong thoáng chốc, rồi Hoa vội rụt tay về, nở một nụ cười lúng túng.

Nàng bèn đổi sang giọng trầm tĩnh:

“Anh nhớ ghi đúng tên tuổi cháu giùm em… kẻo lỡ bị trễ nải uổng lắm.”

Trí gật đầu, vừa viết vừa đáp:

“Em yên tâm. Mai mốt có giấy báo thi, anh sẽ lo cho cháu đi đúng hạn.”

Từ đó cho đến hết buổi chiều, câu chuyện giữa họ trở nên ngắn gọn, dè dặt hơn. Hoa ngồi im lặng, chỉ thỉnh thoảng góp vài lời, như muốn giữ khoảng cách cần thiết, dù trong mắt nàng vẫn ánh lên một thứ tình cảm khó giấu.

Còn Trí, giữa tiếng xe cộ ngoài phố và những hàng chữ đang lấp dần trên tờ đơn, nhận ra rõ ràng khoảng cách mà Hoa đang cố dựng lên như một bức tường vô hình. Khoảnh khắc đầu ngón tay nàng chạm nhẹ vào tay anh, tim anh khựng lại. Cái chạm thoáng qua, ngắn ngủi, nhưng đủ khơi dậy những ký ức anh tưởng đã ngủ yên: buổi chiều trên cánh đồng lộng gió, bàn tay ấy từng len lén tìm bàn tay anh; những chuyến đò ngang, họ từng nắm chặt lấy nhau để khỏi chao đảo giữa sóng nước.

Anh hít vào một hơi, cúi xuống chăm chú viết tiếp, ra vẻ bình thản. Hoa bỗng cất giọng để xua đi im lặng:

"Anh nhớ ghi rõ ngày tháng sinh của cháu… ."

"Ừ, anh ghi rồi," Trí đáp, giọng chậm rãi.

Nàng gật nhẹ, mân mê cái quai túi xách, rồi không nói thêm gì nữa.

Anh muốn nói một câu gì đó gần gũi, muốn kéo dài thêm phút giây tưởng chừng vô tình kia, nhưng lại kịp ghìm xuống. Thế nên, suốt phần còn lại của buổi chiều, anh cũng chỉ nói những câu xã giao vừa đủ, nụ cười gượng gạo không kém Hoa.

Khi ra khỏi quán, Trí bước chậm bên Hoa dọc con đường dẫn ra bến xe buýt. Hai người đi cạnh nhau mà hầu như không nói gì. Chỉ đến khi chiếc xe buýt trờ tới, Hoa mới khẽ quay sang:

"Cám ơn anh... Em sẽ cố gắng lo cho con."

Trí gật đầu, đáp ngắn gọn:

"Em yên tâm. Có gì, cứ nhắn anh."

Hoa bước lên xe, tìm một chỗ ngồi cạnh cửa sổ. Trí đứng dưới đường, nhìn theo cho đến khi xe hòa vào dòng người đông nghịt.

Trí quay lưng, lặng lẽ bước về phía con phố ngược chiều. Trong lòng anh, một nỗi day dứt nửa muốn níu giữ, nửa muốn buông bỏ.

Rồi, cứ mỗi tháng một lần, anh lại cùng con trai bảy tuổi của mình, thằng bé với đôi mắt sáng và tính tình hiếu động, đến thăm Hoa. Anh mang theo một ít quà cho Hoa, vài quyển sách hay quần áo mới cho cháu Mai. Đứa nhỏ ban đầu còn rụt rè, sau thì ríu rít cười nói với bạn mới như đã quen lâu.

Việc dẫn con trai đi cùng không chỉ để giữ cho những lần gặp gỡ mang đúng nghĩa thuần khiết, mà còn là một cách Trí tự nhắc mình về ranh giới cần có. Anh biết, nếu bước quá giới hạn đó, cả anh lẫn Hoa sẽ bị nhận chìm trong một vòng xoáy mà cả hai đều không muốn.

Nhưng chính vì thế mà anh chưa bao giờ kể với vợ anh về Hoa. Không phải vì anh xấu hổ hay có điều gì khuất tất, mà vì anh biết Thiên Hương sẽ không thể hiểu. Làm sao để một người vợ có thể chấp nhận việc chồng mình âm thầm quan tâm một người đàn bà khác, cho dù vì lý do gì?

Mỗi lần rời nhà Hoa, trên đường trở về, Trí lại thấy một khoảng trống lặng lẽ len vào tim. Nó gợi lên dư âm của tình yêu, nhưng không hẳn là tình yêu; đúng hơn, đó là một món nợ tinh thần, một gánh nặng anh biết dẫu có cả đời cũng không thể bù đắp xứng đáng với sự hy sinh của Hoa thuở nào.

Nhưng giấy làm sao gói được lửa.

Một buổi chiều, trong lúc chờ Trí tắm xong để ra ăn cơm, thằng bé ngồi nghịch bên cạnh mẹ, quên hết bao lời căn dặn của ba, nó vô tư kể chuyện: nào là được ba dẫn đến thăm "Dì Hoa", nào là mang quà tặng Mai con của dì. Lời con trẻ ngây ngô, nhưng lọt vào tai Thiên Hương, từng chữ như kim chích. Nàng lặng người, để mặc cho con thao thao kể hết những chuyến ba nó đưa đi, càng nghe lòng càng se lại.

Khi Trí vừa bước ra, còn đang lau mái tóc ướt, Thiên Hương đã ngồi im bên bàn ăn, mắt nhìn trân trân vào chén cơm trước mặt. Không khí trong phòng nặng nề đến mức Trí lập tức nhận ra có điều chẳng lành.

"Anh đi đâu với con suốt mấy buổi đó?" Giọng nàng vang lên, đều đều nhưng lạnh buốt.

Trí khựng lại, chưa kịp đáp, Thiên Hương đã nói tiếp, lần này gay gắt hơn:

"Nó vừa kể cho tôi nghe hết rồi. Một người đàn bà tên Hoa…
với đứa con tên Mai. Anh còn định giấu tôi đến bao giờ?"

Trí cứng người, hiểu rằng sự việc không thể che đậy được nữa.
Anh chậm rãi đặt khăn xuống, cố giữ giọng bình tĩnh:

"Hoa… là một người quen cũ. Góa chồng. Có đứa cháu gái nhỏ.
Họ đang rất khó khăn… Anh thấy tội nghiệp…"

Thiên Hương bật dậy, đôi mắt lóe lên tia giận dữ:

"Vậy ai tội nghiệp hai mẹ con em?"

"Em hiểu lầm rồi," Trí cố giải thích thêm. Nhưng Thiên Hương
đã hỏi:

"Người quen cũ? Hay là… người yêu cũ? Bao nhiêu năm rồi,
anh vẫn qua lại."

Trí hít sâu, kìm nén cơn bực bội dâng lên. Anh biết, nếu cãi lý
lúc này, chỉ khiến tình hình tệ hơn. Anh chậm rãi ngồi xuống
ghế, nhìn thẳng vào mắt vợ:

"Em nghe anh nói hết đã. Hoa từng cứu mạng anh… và cũng
mất mát vì anh. Anh chỉ muốn bù đắp, nhất là lo cho đứa nhỏ
được ăn học đàng hoàng. Mỗi lần anh đến thăm, đều dẫn con trai
mình đi theo. Chưa bao giờ… vượt qua giới hạn."

Thiên Hương im lặng, đôi môi mím chặt, ánh mắt vẫn xoáy vào
chồng. Trí hiểu, chỉ lời nói thôi chưa đủ. Anh đứng dậy, mở ngăn
tủ, lấy ra một phong thư cũ. Bên trong là tấm hình đã úa màu:
anh và Võ chụp chung với Hoa cùng em trai nàng thời kháng
chiến.

Anh đặt bức hình trước mặt vợ, giọng trầm xuống:

"Em nhìn đi. Đây là lúc mọi thứ còn bình yên. Rồi em trai cô ấy
chết. Không phải vì anh, nhưng cô ấy từng nghĩ thế. Anh không
thể để một con người sống mãi trong hiểu lầm và thiếu thốn. Em
là vợ anh, anh mong em tin, chuyện này không dính dáng gì đến
tình cảm nam nữ. Nó chỉ là… một món nợ mà anh phải trả."

Thiên Hương đưa mắt nhìn tấm hình mà nàng đã thấy qua nhưng chưa bao giờ nghĩ nhiều đến nó. Bàn tay nàng khẽ run, định cầm lên nhưng rồi rụt lại, như sợ chạm vào một phần đời của chồng mà mình chưa từng biết đến. Đôi mắt nàng thoáng lay động, vừa bối rối vừa giận dữ, như thể muốn tin nhưng lại không cho phép mình dễ dàng tin.

Lâu lắm, căn phòng chỉ còn tiếng quạt quay đều đều. Cuối cùng, Thiên Hương thở dài, ánh mắt dịu lại với ý nghĩ ít ra chàng cũng còn nghĩ tới gia đình khi luôn dẫn con trai theo bên mình. Nàng do dự hỏi:

"Nhưng… sao anh lại giấu em?"

"Anh chỉ muốn tránh cho em phải lo âu vô ích," Trí khẽ đáp, mừng thầm khi thấy vợ có vẻ đã nguôi ngoai.

"Vậy thì từ nay, mọi chuyện phải minh bạch. Em không muốn bất ngờ thêm lần nào nữa." Giọng nàng đã bớt hờn dỗi, nhưng vẫn còn chút trách móc.

Trí gật đầu. Anh biết mình vừa thoát khỏi một cơn bão. Nhưng đâu đó, những gợn sóng ngầm vẫn còn âm ỉ, chỉ chờ dịp lại trỗi dậy. Chính lúc ấy, anh thấm thía hơn: cái giá của việc giữ nghĩa với Hoa chính là sự mong manh trong hạnh phúc gia đình.

Anh không thể để mái ấm đổ vỡ, nhưng cũng chẳng đành lòng cắt đứt khi chưa một lần nói lời dứt khoát với Hoa. Nỗi giằng xé ấy cứ như một lưỡi dao cùn, không đủ sức chém phăng mọi ràng buộc, nhưng đủ để cứa rỉ máu từng ngày. Trí thấy mình kẹt giữa hai bờ: một bên là bổn phận làm chồng, làm cha, một bên là mối nghĩa tình cũ chưa khép lại. Nếu bước thêm một bước, anh sẽ phản bội gia đình; nhưng nếu ngoảnh mặt quay lưng, anh sẽ mang trên vai món nợ ân tình nặng nề, không biết đến bao giờ mới rửa sạch.

Một chiều mưa, Trí quyết định đến sở may đón Hoa, định bụng đây sẽ là lần cuối cùng, để nói lời tiễn biệt. Dưới làn mưa lất phất, con đường nhỏ quanh co như hóa thành một hành lang bí mật chỉ dành riêng cho họ. Tiếng bước chân hòa vào tiếng mưa, chậm rãi, ngập ngừng, như muốn níu giữ thêm khoảnh khắc hiếm hoi được sóng đôi.

Trí nhiều lần toan mở miệng nói điều cần nói, nhưng cổ họng cứ nghẹn lại. Sau cùng, anh khẽ cất tiếng, giọng run run:

"Hôm qua… con anh đã kể hết cho mẹ nó nghe chuyện anh và nó từng đến thăm em."

Hoa im lặng. Đôi mắt nàng vẫn hướng thẳng về phía trước, nhưng bàn tay nắm chặt quai túi khẽ run. Từ đầu, nàng đã linh cảm chuyện sẽ đến. Và giờ thì linh cảm ấy đã thành hiện thực.

Đến trước trạm xe, Trí ngập ngừng, ánh mắt lạc đi như muốn tìm một lối thoát cho nỗi niềm chất chứa. Hoa đứng lặng, bàn tay vẫn mân mê quai túi, chờ đợi một điều gì đó, vừa mong, vừa sợ.

Trí cố giữ giọng bình thản, nhưng sự ngập ngừng đã làm lộ rõ rung động trong tim:

"Em ráng giữ gìn sức khỏe, lo cho bé Mai. Dù có khó khăn đến đâu, cũng đừng bỏ dở việc may. Công việc ấy sẽ giúp em đứng vững… Anh chỉ mong thấy hai mẹ con em được yên ổn."

Anh dừng lại, những lời muốn nói thêm cứ nghẹn lại nơi cổ họng. Hoa nhìn anh, ánh mắt chao đảo, rồi khẽ gật đầu thay cho câu trả lời. Giọng nàng run run:

"Em biết. Cám ơn anh… từ trước tới giờ."

Trong khoảnh khắc ấy, khoảng cách giữa họ dường như chỉ còn là một nhịp thở.

Nhưng rồi, tất cả tan biến trong một cái gật đầu lặng lẽ. Anh quay lưng, bước đi như người vừa buông rơi cả một thế giới. Tiếng mưa nuốt chửng bóng dáng anh, chỉ còn lại nàng trước cửa nhà, hai bàn tay siết chặt, áp lên ngực mình. Một nỗi giằng xé dâng lên: nhẹ nhõm vì chưa có lời nào được thốt ra, và hụt hẫng vì tất cả vẫn còn bỏ ngỏ.

Trong tiếng mưa rơi, nàng thoáng nghe vang vọng lại tiếng thở dài của anh, mỏng manh như một lời tạ từ. Nàng biết, có lẽ đây là lần cuối cùng hai người đi chung một đoạn đường.

Trong thoáng chốc, khi bóng Trí khuất dần sau màn mưa, Hoa đứng lặng, với nỗi niềm ngổn ngang. Một phần trong nàng như muốn bật khóc vì hụt hẫng, tiếc rẽ khi chưa kịp nắm giữ lấy niềm hạnh phúc mà nàng đã từng mơ suốt bao năm. Chỉ một câu nói, chỉ một bàn tay níu lại thôi, lẽ nào số phận đã khác?

Nhưng ngay lập tức, một tiếng thì thầm khác vang lên trong tâm trí: bổn phận với đứa con thơ đang chờ nàng bên trong, và nhân cách một người mẹ. Ý nghĩ ấy khiến nàng khẽ cúi đầu, lòng gợn lên niềm biết ơn lẫn xót xa. Cám ơn vì anh đã không vượt qua ranh giới cuối cùng, để nàng còn có thể giữ lại một chút bình yên trong tâm hồn.

Nàng đưa tay áp chặt lên ngực, nơi trái tim vẫn còn thổn thức dữ dội, rồi khẽ nhắm mắt. Trong nỗi giằng xé ấy, một phần nàng thầm ước mình có thể quên đi, để ngày mai lại đủ can đảm sống như chưa từng có cơn mưa chiều nay. Nhưng một phần khác lại mong giữ mãi giây phút này, như kỷ niệm cuối cùng của một mối tình dang dở mà số phận đã định sẵn.

Về đến nhà nàng thấy Mai đang ngồi co ro trên chiếc ghế gỗ thấp, đôi mắt ngây thơ ngước nhìn ra cửa chờ mẹ. Không kịp tháo chiếc áo mưa ướt sũng, Hoa nhào tới ôm chầm lấy con. Hơi ấm bé bỏng lan tỏa, xoa dịu cơn bão đang cuộn xoáy trong lòng.

"Má về rồi đây, con," nàng thì thầm, giọng run run.

Trong vòng tay con, Hoa vừa thấy mình được cứu rỗi, vừa cảm nhận rõ hơn cái giá của sự từ bỏ. Nàng hiểu, nếu phút giây trước đây đã trở thành một bước lỡ, có lẽ cái ôm này sẽ chẳng còn trọn vẹn.

Về phần Trí, từ hôm đó anh cũng biết mình không thể tiếp tục như trước. Không phải vì lòng chùn bước, mà vì anh thấm thía rằng: muốn giúp được lâu dài, trước hết phải giữ cho gia đình yên ổn. Tình nghĩa với Hoa là món nợ không thể bỏ, nhưng càng không thể để thành gánh nặng trong mái ấm của mình.

Sau nhiều đêm trăn trở, cuối cùng Trí kín đáo bàn với Võ:

"Bắt đầu từ giờ, nhờ mày đưa quà và tiền cho Hoa. Nói với cổ là anh vẫn theo dõi tình hình, chỉ là… để giữ yên trong nhà, anh không thể ghé thường xuyên nữa."

Võ gật đầu, không hỏi thêm. Anh hiểu, những gì Trí đang làm không chỉ là lòng trắc ẩn thoáng qua, mà là một quyết tâm bền bỉ, âm thầm.

Tháng sau, vào một buổi chiều, khi nắng đã chếch xuống cuối xóm, Võ cẩn trọng dừng xe trước ngõ nhà Hoa. Trên tay anh là một gói nhỏ bọc giấy báo, bên trong có ít tiền và vài món quà Trí gửi. Anh khẽ hắng giọng, lấy lại bình tĩnh rồi mới bước vào.

Hoa từ trong nhà bước ra, trên tay còn cầm chiếc khăn đang vá. Thoáng thấy Võ, nàng thoạt đầu ngạc nhiên, sau nhận ra, ánh mắt liền chùng xuống.

"Anh Trí… không đến được sao?" Giọng nàng khẽ run.

Võ lúng túng, đặt gói quà xuống bàn gỗ. Anh cố tìm lời giải thích:

"Anh Trí bận nhiều việc… với lại… như chị biết đó, chị Hương đã biết chuyện. Ảnh nhờ tôi thay mặt tới thăm chị và cháu."

Hoa chết lặng. Nàng cúi đầu, hai bàn tay bấu chặt mép khăn. Một lát sau mới nghẹn ngào thốt:

"Thiệt buồn quá... ngờ đâu tấm lòng giúp đỡ của ảnh lại thành ra gánh nặng…"

Giọng nàng vỡ ra thành tiếng nấc. Nước mắt ứa ra nơi khóe mắt mệt mỏi.

"Tôi chỉ mong cho cháu được ăn học đàng hoàng… chớ đâu muốn làm khổ vợ chồng anh Trí. Thôi, từ nay… xin anh đừng đến nữa."

Võ nhìn Hoa, lòng quặn thắt. Anh hiểu nỗi tự trọng của người đàn bà, lại càng hiểu tình cảm âm thầm giữa bạn mình và nàng.

Anh khẽ gật đầu, giọng nghèn nghẹn:

"Tôi sẽ nói lại với anh Trí… Nhưng chị cũng hiểu, ảnh chỉ mong cháu Mai được tới trường. Chuyện khác, anh ấy không hề nghĩ đến."

Hoa lặng thinh, quay đi lau vội dòng lệ. Căn nhà bỗng trở nên nặng nề, như giam hãm cả tiếng thở dài của những con người đang bị ràng buộc bởi một sợi dây ân tình nghiệt ngã.

Đêm ấy, căn nhà nhỏ đã trở nên chật chội với kỷ niệm, Hoa trăn trở không ngủ được. Nàng bước ra sân, ngẩng nhìn vòm trời tối đặc. Gió đêm lùa qua vạt áo mỏng, mang theo hơi ẩm còn sót lại của cơn mưa ban chiều. Trong khoảnh khắc, nàng nghe tiếng cười của bé Mai hòa lẫn với giọng nói trầm ấm của Trí, tất cả vang vọng như vẫn quanh quẩn đâu đây. Mọi thứ quá gần, quá ngọt ngào, đến mức nàng thấy sợ.

Hoa chợt hiểu, nếu để kéo dài, sự gần gũi ấy sẽ biến thành một vòng dây trói chặt, không lối thoát. Nàng không muốn Mai lớn lên trong một cảnh đời nhập nhằng, cũng không muốn mình mang tiếng chen vào hạnh phúc của người khác. Một niềm quyết đoán dâng lên trong lòng: phải đi, phải rời nơi này trước khi quá muộn.

Một buổi chiều tạnh mưa, trên đường từ chợ về, Hoa bất ngờ thấy Võ đứng chờ ở đầu ngõ. Nàng thoáng giật mình. Võ chỉ khẽ nói:

"Bữa nay rảnh, tôi ghé ngang coi thử chị có cần gì giúp không."

Trong ánh mắt mỏi mệt của Hoa, Võ hiểu ngay điều nàng muốn né tránh. Hoa ngồi một lúc như gom hết can đảm mới thốt lên:

"Em không thể tiếp tục như vầy. Em muốn tìm một chỗ kín đáo cho hai mẹ con, để yên tâm lo cho nó, cho tương lai nó… chứ không thể để mình mãi bị cuốn vô những chuyện không lối thoát."

Võ lặng thinh. Ánh mắt anh dõi theo từng cử động nhỏ nơi bàn tay nàng đang xoắn lấy vạt áo, như để che giấu nỗi bất an. Hoa chậm rãi kể lại, mấy hôm nay nàng đã dò hỏi khắp nơi, cuối cùng cũng có một xưởng may ở quận khác chịu nhận, hứa để nàng vào làm bất cứ lúc nào. Vấn đề chỉ còn là tìm một căn nhà nhỏ gần chỗ làm, để tiện đi lại và cho con bé có thể ổn định việc học.

Nghe đến đó, Võ gật đầu, giọng khẳng khái:

"Chuyện đó chị cứ để tôi lo. Tìm nhà, dọn nhà… có tôi phụ, chị khỏi phải bận tâm."

Trong ánh chiều nhập nhoạng, câu nói của Võ vang lên như một lời bảo đảm vững chắc, khiến bờ vai Hoa khẽ chùng xuống, để thoát ra một hơi thở nhẹ sau bao ngày nặng nề. Đêm nằm cạnh con, nàng chợt nhận ra chính lời đề nghị ấy đã mở ra cho mình một lối thoát. Dẫu phía trước còn lắm chông gai, ít ra nàng cũng đã có thể yên tâm nghĩ đến một khởi đầu mới cho hai mẹ con.

Vài tuần sau, vào một buổi sáng, khi Mai còn say ngủ, Hoa lặng lẽ thu xếp vài món cần thiết, dọn lại những tấm giấy ban khen của con, đặt ngay ngắn trên bàn học như một lời nhắc nhở cho ngày mai. Nàng nhìn quanh căn nhà quen thuộc, mắt cay xè, rồi thì thầm như nói với chính mình:

"Đi thôi… phải đi thôi."

Hoa gói ghém đồ đạc để dọn sang căn nhà nhỏ gần chỗ làm mới. Võ âm thầm phụ khiêng chiếc tủ gỗ cũ, không nói nhiều, chỉ mỉm cười:

"Chỗ mới nhỏ nhưng yên ổn."

Hoa khẽ gật đầu, mắt hoe đỏ, thầm cám ơn Võ.

Từng món đồ thân thiết được bỏ lại sau lưng như một lớp vỏ kỷ niệm. Cái ghế tre nơi hai mẹ con thường ngồi ăn cơm, chiếc chum nước trước hiên, khung cửa sổ nhìn ra con hẻm nhỏ, tất cả bỗng trở thành chứng nhân câm lặng cho một quãng đời vừa khép lại.

Với quyết định dọn đi nơi khác, Hoa biết mình vừa tự cắt lìa khỏi một hạnh phúc ngắn ngủi, nhưng cũng là cách duy nhất để giữ cho lòng thanh thản, và để Mai có một tương lai không vương bận những khổ đau người lớn để lại. Trước khi khép cửa, nàng dừng lại một thoáng, bàn tay run rẩy đặt lên then gỗ, như muốn ghi nhớ thêm lần cuối tiếng kẽo kẹt thân quen của căn nhà. Rồi nàng quay đi, bước chân nhẹ mà lòng nặng trĩu, hướng về một nơi vô định, nơi chỉ còn hai mẹ con nương tựa vào nhau.

Trưa hôm ấy, cánh cửa ngôi nhà nhỏ khép lại sau lưng hai mẹ con, để lại phía trong một khoảng trống chơ vơ, như thể mọi âm thanh và hơi ấm vừa bị rút cạn. Con hẻm quen vẫn rộn rã tiếng rao, tiếng xe đạp lách cách, nhưng tất cả dường như xa vắng với bước chân vội vã của Hoa.

Từ đó, căn nhà cũ dần trở nên hiu quạnh. Hàng xóm thỉnh thoảng vẫn nhắc đến bóng dáng người đàn bà gầy gò cùng đứa bé gái, nhưng rồi cũng chỉ lắc đầu: "Chị ấy dọn đi rồi, chắc tìm chỗ khác làm ăn." Thời gian trôi, dấu vết của hai mẹ con cũng phai mờ trong sinh hoạt ồn ã thường ngày của xóm nhỏ.

Cho tới một buổi chiều, Trí lấy hết can đảm tìm đến căn nhà ấy. Suốt dọc đường, anh đã tự nhủ đây sẽ là lần cuối cùng: để nói lời giã biệt, để cắt dứt sợi dây âm thầm ràng buộc bao lâu nay. Nhưng khi dừng xe trước ngõ, anh sững người. Cánh cửa khép hờ, bên trong chỉ còn trơ lại khoảng trống lặng lẽ. Chiếc bàn gỗ nơi góc sân không còn, những chậu hoa nhỏ trước hiên cũng biến mất.

Anh gõ cửa, không ai trả lời. Một người hàng xóm tò mò ló đầu ra, khẽ nói:

"Cô Hoa dọn đi lâu rồi ... hai mẹ con không còn ở đây nữa."

Trí lặng đi, như vừa hụt bước trên một con dốc đứng. Anh đứng thật lâu trước khoảng sân trống, nghe gió thổi qua mái ngói bỏ hoang, mang theo dư âm tiếng cười hôm nào còn vang lên trong ký ức. Tất cả đã khép lại, nhanh chóng và dứt khoát hơn anh tưởng.

Cuối cùng, Trí quay lưng bước đi. Con hẻm nhỏ chiều nay dài hun hút, gợi cảm giác như anh đang tiễn đưa chính một phần đời mình vừa trôi mất về phía không bao giờ trở lại.

Trong những đêm dài trăn trở, Trí dần nhận ra câu nói cửa miệng của dân gian và tự hỏi: "Phải chăng đời người chỉ là những khoảnh khắc hợp rồi tan? Hoa ra đi, lý tưởng tan vỡ, tất cả chẳng qua là biểu hiện của 'vô thường'. Có lẽ chấp nhận sự đổi thay ấy mới là cách duy nhất để lòng thôi ray rứt."

Như cánh bướm trong một câu thơ khẽ chạm đóa hoa bên đường, để lại một rung động rồi tan trong nắng. Hóa ra, cái đẹp không nằm ở sự lâu bền, mà ở khoảnh khắc rực rỡ vỡ ra trong bất ngờ. Cũng như một ánh nhìn vụng trộm, một nụ cười e thẹn, một cái chạm tay vô tình: chỉ thoáng qua thôi, không thể nắm bắt, nhưng nếu biết trân quý, sẽ hóa thành hạnh phúc dài lâu.

11. Nhập cuộc

Sau chưa đầy một thập niên, chính quyền đầu tiên tại miền Nam theo thể chế cộng hòa đã bị lật đổ. Chính trường miền Nam nổ tung ra nhiều mảnh vỡ phe nhóm, đảng phái, và cả những cá nhân bất mãn với hiện tình đất nước, liên tục hô hào cải tổ chính phủ, cải cách xã hội theo nhiều đường hướng khác nhau.

Trong cơn lốc thời cuộc, Trí không thể giữ mãi thái độ đứng ngoài. Từ những ngày đầu còn là một thanh niên đang cắp sách đến trường, không do dự giũ bỏ hết để đi theo kháng chiến chống Pháp giành độc lập cho quê hương, trái tim anh đã mang trong mình một ngọn lửa lý tưởng, tin rằng dân tộc có thể tự quyết định vận mệnh của mình. Sau khi trở về Sài Gòn, và sau những bước đầu trắc trở, cuộc sống tưởng như đã cuốn anh vào quỹ đạo gia đình và nghề nghiệp bản thân, nhưng sâu trong lòng, dòng chảy thao thức về tương lai xứ sở chưa bao giờ cạn.

Những buổi tán ngẫu ở quán cà phê bên vỉa hè cùng bằng hữu, tưởng chỉ là chuyện đời thường, nhưng kỳ thực là những cuộc tranh luận không dứt về con đường canh tân đất nước: có khi họ mổ xẻ tư tưởng Phan Chu Trinh về "khai dân trí, chấn dân khí, hậu dân sinh"; có khi họ bàn tới những dự phóng của Hồ Hữu Tường; có khi lại say sưa đối chiếu triết học Đông-Tây, từ cái học khoa cử cũ kỹ đến Montesquieu, Rousseau, hay cả Tagore với những áng thơ nhân bản đầy khát vọng.

Tất cả những điều ấy, qua năm tháng, dần kết tinh trong anh thành một niềm tin: không thể chỉ trông chờ vào những lời hô hào suông hay khẩu hiệu trống rỗng. Đã đến lúc cần có một tiếng nói khác, xuất phát từ trải nghiệm thực tế của người từng trải qua kháng chiến, từng sống giữa những người dân lam lũ, từng chứng kiến sự chia rẽ ăn sâu vào tận những làng quê mộc mạc của một dân tộc. Và tiếng nói ấy, Trí hiểu, phải được đem ra chính trường.

Vậy là, sau bao đêm trăn trở, anh quyết định tham chính, ra tranh cử dân biểu quốc hội, không phải để tìm danh vọng cho riêng mình, mà để thử một lần nữa, biến hoài bão lâu nay thành hành động cụ thể, góp phần vào vận mệnh chung của đất nước.

Một buổi sáng oi bức giữa lòng Sài Gòn, Trí ngồi nơi quán cà phê vỉa hè quen thuộc, tờ báo trải rộng trước mặt. Trang nhất nhan nhản những dòng tít lớn: phe này kêu gọi "chống cộng," phe khác đòi "dân chủ," lại có nhóm hô hào "trung lập," hay "chấn hưng quốc gia." Bên dưới là các bài xã luận, tranh luận dằng dai về ý thức hệ Đông-Tây, về ảnh hưởng Mỹ ở Việt Nam, về viễn kiến cải cách chính trị. Từng cột chữ chen nhau, như phản chiếu một chính trường đang nổ tung ra trăm mảnh.

Trí gấp tờ báo lại, mắt lặng nhìn dòng xe trôi ngoài phố. Nhưng trong lòng anh vang lên một ý nghĩ rõ ràng: những điều ấy, đối với người dân buôn gánh bán bưng hay công nhân nhà máy, nghe chẳng khác nào chuyện "trên trời." Họ cần gạo để ăn, việc để làm, vốn để buôn bán, chứ không phải những bản tuyên ngôn đầy chữ nghĩa, lý thuyết, mà không chạm tới bữa cơm hằng ngày.

Trí nhận ra khoảng cách ấy trong mỗi lần dạo quanh chợ Bến Thành, hay đứng nhìn một xưởng dệt nhỏ ở ven đô phải đóng cửa vì thua lỗ. Chính phủ thì mở cửa cho vài công ty lớn tha hồ nhập chỉ ngoại với thuế tượng trưng, trong khi tiểu thương nội địa lận đận xoay xở. Hình ảnh người thợ dệt còng lưng bên khung cửi cả ngày, người đàn bà bưng rổ vải ra chợ sáng tinh sương, đã ám ảnh anh lâu nay nhiều hơn bất kỳ bài diễn văn hùng hồn nào.

Anh thấy rõ cái nghịch lý: trên diễn đàn, các chính khách mải tranh cãi về quốc sách, về lập trường đối ngoại, còn trong các hẻm nhỏ khắp phố phường, đời sống dân nghèo vẫn chật vật từng bữa.

Chính cảm giác chênh lệch ấy đã khiến Trí không thể yên lòng. Anh tự hỏi: nếu thế hệ trí thức như anh chỉ ngồi bàn luận ở quán cà phê, chỉ viết những bài khảo cứu, thì ai sẽ thực sự cất tiếng cho những người dân thầm lặng kia? Lẽ nào sự hy sinh của bao thế hệ chỉ để đổi lấy một xã hội mà tiếng nói của dân nghèo mãi bị bỏ quên?

Trong nỗi ray rứt ấy, ý tưởng ra tranh cử dân biểu dần hình thành trong Trí. Với anh, Quốc hội không chỉ là diễn đàn để tranh luận về ý thức hệ, mà còn phải là nơi nối kết những khát vọng bình dị nhất của người dân với chính sách quốc gia. Và nếu chưa có ai chịu đứng ra nói lên điều ấy, thì chính anh sẽ làm.

Trên con đường bước vào chính trường, Trí thấy mình may mắn khi còn có Võ bên cạnh, thằng "em" từng cõng anh chạy giặc qua cánh đồng nứt nẻ ngày nào. Ý định ra tranh cử của Trí không chỉ khởi đi từ những thao thức cá nhân, mà còn được bồi đắp bởi sự đồng hành của Võ, người bạn lặng lẽ nhưng kiên định. Vốn sống gần gũi với giới lao động, cộng thêm vốn tri thức tích lũy từ những năm tháng miệt mài tự học trong thư viện, đã khiến những lời góp ý của Võ trở thành điểm tựa đáng tin cậy cho Trí.

Một lần, khi bàn về cương lĩnh tranh cử, Võ chậm rãi đưa ra một ý tưởng:

"Anh còn nhớ cái quán cơm bình dân ở gần bến xe ngày xưa không? Nơi mà ba tôi, tôi, với mấy người phu xích lô khác thường ghé? Chỉ năm đồng mà được ba món: canh, mặn, xào. Cơm trắng lại ăn thoải mái. Nhờ vậy mà cả một đám lao động như tụi tôi mới cầm cự nổi qua những ngày cơ cực. Sao mình không nghĩ đến chuyện phục hồi, mở rộng những quán cơm kiểu đó, nhưng có sự bảo trợ của nhà nước? Không chỉ giúp người nghèo có bữa ăn tử tế, mà còn tạo công việc cho mấy bà nội trợ và tiểu thương."

Trí lắng nghe, gật gù. Anh nhận ra chính những sáng kiến như thế, tuy giản dị nhưng thiết thực, mới chạm tới đời sống thật của dân nghèo. Không phải những bản tuyên ngôn dài dòng, mà chính là một bữa cơm đủ đầy, một chén canh rau, một miếng cá kho, mới có thể khơi dậy niềm tin vào tương lai.

Từ đó trong chiến dịch tranh cử, Trí là gương mặt sáng láng, ăn nói lưu loát trước công chúng, nhưng ít ai biết phía sau anh là một người cố vấn thầm lặng: Võ. Từng trải qua ngục tù, từng mưu sinh bằng chiếc xích lô trên đường phố Sài Gòn, Võ hiểu rất rõ những nỗi niềm thường nhật của giới lao động lam lũ. Chính anh là người nhắc Trí đừng chỉ nói những khẩu hiệu "tân tiến" trên giấy, mà hãy cẩn trọng lắng nghe dân buôn thúng bán bưng, thợ thuyền, hay các bác đạp xích lô. Những góp ý ấy giúp Trí không sa vào mớ lý thuyết xa vời, mà đưa chương trình vận động tranh cử trở nên gần gũi, đánh động được trái tim của cử tri hơn.

Võ không màng đến danh vọng hay chức tước trong guồng máy chính quyền. Anh hài lòng khi được ngồi sau cánh gà, lắng nghe từng tiếng vỗ tay của cử tri dành cho Trí, và thấy trong đó có một phần công sức của mình. Đối với Võ, niềm vui lớn nhất là thấy bạn mình, người từng vào sinh ra tử bên nhau, nay trở thành tiếng nói đại diện cho bao phận người thấp cổ bé họng. Trong những đêm muộn, khi Trí băn khoăn trước những thế lực chính trị đối nghịch, chính Võ là người nhắc anh nhớ đến những ngày gian khổ trong bưng biền, rằng lý tưởng chỉ có giá trị khi gắn với đời sống thường dân.

Nhờ có Võ, chiến dịch tranh cử của Trí không còn là một cuộc chạy đua quyền lực đơn thuần, mà trở thành hành trình gầy dựng lại niềm tin của người dân vào một tương lai công bằng hơn. Võ là người kéo Trí ra khỏi những khẩu hiệu sáo mòn, buộc anh phải nhìn thẳng vào thực trạng đời sống của giới bình dân: từ bữa cơm công nhân, gánh nặng thuế khóa của tiểu thương, cho đến nỗi lo của những phu xe mỗi khi bệnh tật bất ngờ ập đến. Chính cái vốn sống chân thật ấy khiến tiếng nói của Trí, khi vang lên giữa các buổi diễn thuyết, không còn là lời hô hào của một trí thức xa rời quần chúng, mà trở thành tiếng lòng cộng hưởng từ bao thân phận cơ cực.

Trí vốn ngỡ chỉ có Võ mới là cánh tay cố vấn đắc lực. Nào ngờ, ngay trong mái ấm gia đình, anh lại khám phá ra một "cố vấn" thứ hai, người vợ dịu dàng nhưng không kém phần sắc sảo của mình.

Ban đầu, Trí chỉ xem những câu hỏi bâng quơ của vợ như chuyện tán gẫu trong bữa cơm. Nhưng càng nghe, anh càng thấy từng lời nàng chạm đúng những điểm mà chính anh, một người đọc không ít sách báo chính trị, lại vô tình bỏ qua. Anh nhìn vợ, thoáng ngạc nhiên như bắt gặp một gương mặt mới mẻ trong người bạn đời quen thuộc.

Thật tình mà nói, Trí vốn nghĩ chính trị là lãnh vực riêng của đàn ông. Nào ngờ, chỉ sau vài buổi tình cờ ngồi bàn bạc cùng vợ bên mâm cơm gia đình, anh mới giật mình khám phá ra một "cố vấn" thứ hai ngay trong mái ấm của mình. Những góp ý của Thiên Hương vừa tinh tế, vừa thực tế đến không ngờ.

Nàng không nói đến những kế hoạch vĩ mô hay học thuyết cao xa, mà thẳng thắn nhắm vào tâm lý quần chúng: "Anh đừng tranh luận nhiều về xu hướng chính trị, dù là tả khuynh hay hữu khuynh." Người bán vải ngoài chợ không quan tâm những chuyện đó. Họ chỉ muốn biết ngày mai có thêm vốn để mở sạp, hay xưởng dệt nhỏ có được giảm thuế sợi ngoại nhập để hàng của họ còn đường cạnh tranh trên thị trường." Chính sự giản dị nhưng thấu đáo ấy đã giúp Trí điều chỉnh lại đề xuất về các phương án xã hội của mình, khiến anh không chỉ là ứng cử viên với những lý tưởng cao đẹp, mà còn là một người chính khách biết đồng cảm.

Những lời ấy khiến Trí sững lại. Chính anh, kẻ từng ngỡ mình am hiểu dân sinh hơn các đảng phái "nói chuyện trên trời", hóa ra cũng chưa đánh giá hết sự nhạy bén của người phụ nữ ngay trong gia đình mình.

Một lần, anh nắm tay vợ, giọng chân thành:

"Hương, em nói còn trúng hơn bao nhiêu tuyên ngôn của các ông tai to mặt lớn mà anh từng nghe."

Ánh mắt nàng bỗng sáng lên. Những lời khen ấy không phải là những câu nói đãi buôi, mà là sự công nhận thật lòng. Từ đó, mỗi buổi tối, hai vợ chồng lại cùng nhau soạn diễn văn, chỉnh từng câu chữ, chọn những ví dụ gần gũi nhất để nói với cử tri.

Chính sự tin tưởng của chồng đã làm nở trong Thiên Hương một niềm tự tin mới. Nàng không còn là người đàn bà chỉ biết ghen tuông, giữ chồng trong tình trường, mà dần trở thành một 'bạn đồng hành đắc lực trên chính trường'. Và khi cơn sóng gió vận động bầu cử ập đến, những đòn công kích, những lời vu khống, những đêm thức trắng soạn tài liệu, Thiên Hương luôn ở ngay bên, vai kề vai.

Ngày ra mắt tranh cử, Trí bước lên bục gỗ dựng tạm trước sân một xí nghiệp dệt. Phía dưới, hàng trăm bà con tiểu thương, thợ dệt, sinh viên, cả những người bán hàng rong chen chúc. Thiên Hương ngồi hàng ghế đầu, ánh mắt dõi theo từng cử chỉ của chồng.

Bài diễn văn bắt đầu, không khẩu hiệu đao to búa lớn, không lý thuyết "quốc gia, dân tộc" vốn đã nghe mòn tai. Anh nói giản dị:

"Bà con mình chỉ cần buôn bán được yên ổn, xưởng nhỏ không bị ép giá, người lao động có việc làm. Nếu chúng ta bỏ quên dân sinh, thì mọi lời hứa hẹn đều vô nghĩa. Tôi xin hứa, tiếng nói của tôi trong Quốc hội sẽ là tiếng nói của những người bình dân, của công nhân hãng xưởng, của các tiểu thương và thợ dệt, của từng mâm cơm hằng ngày."

Tiếng vỗ tay vang rền. Thiên Hương nhìn quanh, bất giác thấy lòng dâng niềm tự hào: đây không chỉ là chồng mình, mà là một chính khách thật sự.

Nhưng càng được ủng hộ, Trí càng trở thành cái gai trong mắt đối thủ. Một tuần sau, những tờ truyền đơn bí mật xuất hiện trong chợ, tố cáo Trí từng tham gia kháng chiến, ám chỉ anh là "Việt Cộng nằm vùng trà trộn vào Quốc hội." Tin đồn lan nhanh, khiến nhiều cử tri hoang mang.

Trí bàng hoàng. Anh biết quá khứ của mình không thể chối bỏ, nhưng nếu để lời vu khống này lan rộng, cả chiến dịch sẽ sụp đổ. Thiên Hương lo lắng, những đêm dài hai vợ chồng ngồi trước đèn dầu mà không tìm được lối ra.

Những tờ truyền đơn tố cáo Trí là "Việt Cộng nằm vùng" lan nhanh như gió, gieo rắc nghi ngờ. Trí và Thiên Hương nhiều đêm thao thức, chưa tìm ra cách giải độc.

Thế rồi, một sáng, tại các công xưởng dệt của thành phố và trong giới tiểu thương chợ Bến Thành, và các chợ lớn nhỏ khắp Sài Gòn Chợ Lớn người ta chuyền tay nhau một tờ rơi khác viết bằng văn phong giản dị, không ký tên:

"Ông Trí từng đi kháng chiến, đúng. Nhưng có gì sai khi mục đích chỉ là góp sức đánh đuổi thực dân Pháp? Chẳng phải chúng ta nên nói lời cảm ơn thay vì xuyên tạc hay chụp mũ để hãm hại những người như ông, những người từng có công với tổ quốc sao?

Điều quan trọng hơn cả là ông đã từ bỏ súng đạn để chọn con đường phục vụ xứ sở bằng tấm lòng và tiếng nói. Và tiếng nói ấy chính là tiếng nói của những người thấp cổ bé họng như chúng ta: những công nhân trong các hãng dệt cần đồng lương tối thiểu để nuôi sống gia đình; những người phu xích lô cần một quán cơm bình dân gần bến xe; hay những tiểu thương mong một môi trường cạnh tranh lành mạnh để còn duy trì việc làm.

Mong bà con cô bác và anh chị em ủng hộ, bỏ phiếu cho ông Trí."

Không ai biết tác giả là ai, chỉ thấy lời lẽ mộc mạc nhưng vang dội, nói trúng tâm tư của dân nghèo. Các công đoàn nhỏ trong ngành dệt, giới tiểu thương ở các chợ đều đồng loạt hưởng ứng. Chỉ sau vài ngày, những tờ truyền đơn vu khống bị lấn át, dư luận nghiêng hẳn về phía ủng hộ Trí.

Trí ngỡ ngàng, không hiểu ai đã ra tay đúng lúc như vậy. Thiên Hương thì lặng im, trong lòng dấy lên cảm giác như có một bàn tay vô hình nào đó đang âm thầm nâng đỡ chồng mình.

… Cho tới nhiều tháng sau, khi chiến thắng đã thuộc về anh, trong chuyến đi "vòng cảm ơn" tại một công ty dệt, ông giám đốc tươi cười giới thiệu:

"Xin giới thiệu một nhân viên xuất sắc, đã góp công lớn trong việc vận động cử tri ủng hộ Dân biểu Trí."

Cả khán phòng như lặng đi. Tiếng vỗ tay ngập ngừng rồi rộ lên, nhưng Trí thì bỗng cảm thấy tim mình chùng xuống. Anh nôn nao, chờ đợi, như thể một điều gì đó quen thuộc đang đến gần. Thiên Hương ngồi bên cạnh, cũng ngẩng đầu, tò mò nhìn về phía cánh cửa sau hành lang.

Giây phút ấy kéo dài tưởng chừng vô tận. Những bước chân khe khẽ vang lên trên nền gạch. Ánh mắt Trí dán chặt vào khoảng tối sau lưng giám đốc, trong lòng dấy lên một linh cảm mơ hồ mà anh không dám tin.

Và rồi, từ phía sau, Hoa bước tới…

Trí sững người, tưởng chừng như trái tim ngừng đập. Bao ký ức dồn dập ùa về: cánh đồng nứt nẻ, giọt mồ hôi lăn dài trên gương mặt thôn nữ, những lời chưa kịp nói ngày chia ly. Anh bàng hoàng đến mức không nhận ra tiếng vỗ tay vang dậy khắp hội trường.

Thiên Hương khẽ quay sang, nhìn gương mặt chồng thoáng rúng động. Nàng lặng lẽ đưa bàn tay nắm lấy tay anh, như muốn nhắn gửi: "Em đã hiểu chuyện. Không làm gì nông nổi đâu. Anh đừng lo."

Nàng thấy ánh mắt anh lóe sáng, vừa ngạc nhiên vừa xúc động, và trong khoảnh khắc đó, thay vì cảm thấy ghen tuông, trái tim nàng lại dâng lên một niềm cảm phục. Suốt cuộc tranh cử, nàng đã học được rằng để đi đến chiến thắng, không một ai có thể đơn độc; cần có những tấm lòng thầm lặng sát cánh. Và Hoa chính là một tấm lòng như thế.

Trong mắt Thiên Hương, hình ảnh người phụ nữ ấy không còn là một cái bóng quá khứ xen vào hạnh phúc gia đình, mà là một bạn đồng hành. Nàng cảm thấy một sự gần gũi kỳ lạ, hai người đàn bà, tưởng chừng đối nghịch, nay lại cùng chung một ước mơ: góp phần làm cho tiếng nói của dân nghèo được cất lên qua người đại biểu mang tên Trí.

Thiên Hương chủ động tìm đến Hoa, mở lời trước, giọng ấm áp:

"Cám ơn cô… nhờ có cô mà anh Trí mới được bà con tin tưởng đến thế."

Hoa thoáng bối rối, cúi mặt:

"Tôi chỉ làm điều cần làm thôi. Ông Trí là người xứng đáng."

Một khoảng lặng ngắn. Rồi Thiên Hương mỉm cười, ánh nhìn chân thành:

"Chúng ta không phải là đối thủ đâu. Tôi muốn nghĩ về cô như một người bạn. Nếu anh Trí đã chọn con đường vì xã hội, thì tôi tin rằng cả hai chúng ta đều có chỗ đứng bên cạnh anh, mỗi người một cách."

Hoa ngẩng lên, bắt gặp ánh mắt trong sáng của Thiên Hương. Một thoáng xúc động lướt qua, nàng nhẹ gật đầu. Thiên Hương mỉm cười đề nghị:

"Vậy thì, từ nay… xin gọi nhau là chị em."

Thiên Hương siết nhẹ bàn tay Hoa, như một lời hứa ngầm cho một tình bạn mới vừa nảy nở, không còn vương bận quá khứ, chỉ còn chung một lý tưởng phía trước.

Từ phía xa, Trí đứng lặng người trước cảnh tượng ấy: Thiên Hương và Hoa tay trong tay, gương mặt cả hai cùng ánh lên một nụ cười hiền hòa. Trong thoáng chốc, Trí bối rối không biết mình đang mơ hay thật.

Nỗi lo mơ hồ bấy lâu, rằng quá khứ và hiện tại không thể nào chung lối, bỗng tan biến như mây mỏng. Anh thở ra một hơi dài, thấy lòng nhẹ nhõm đến kỳ lạ. Chính giây phút ấy, anh chợt hiểu: hạnh phúc không phải là xóa bỏ quá khứ, mà là dung hòa với tương lai.

Anh chậm rãi tiến lại gần, bước chân vững chãi hơn bao giờ hết. Anh dừng lại trước mặt hai người, nhìn họ với ánh mắt chan chứa, rồi chậm rãi nói:

“Cám ơn hai người… Nếu hôm nay tôi đứng được ở đây, thì không chỉ vì lá phiếu của dân, mà còn vì tấm lòng của hai người phụ nữ đã cùng tôi gánh vác một ước mơ chung: để tiếng nói của người dân không bao giờ bị bỏ quên.”

Hoa và Thiên Hương khẽ nhìn nhau, rồi cùng mỉm cười. Trong khoảnh khắc ấy, Trí biết rằng con đường phía trước, dẫu còn nhiều gian nan, anh sẽ không bao giờ bước đi một mình.

Trí nắm lấy tay hai người phụ nữ, đưa lên cao, cả hội trường như bừng sáng trong tiếng vỗ tay và những lời chúc mừng. Ai nấy đều hân hoan trước hình ảnh “hạnh phúc” và một tương lai chính trị sáng sủa vừa mở ra trước mắt.

Ở một góc khuất, sau hàng ghế cuối cùng, Võ lặng lẽ đứng nhìn. Anh thấy bạn mình, người từng vào sinh ra tử bên cạnh mình, nay đã trở thành một dân biểu được lòng dân, lại còn có thêm một hậu phương vững chắc là Thiên Hương, và sự đồng hành thầm lặng của Hoa.

Trong lòng Võ dâng lên niềm vui khó tả. Vui cho chiến thắng trên chính trường, vui vì sau bao sóng gió, Trí rốt cuộc đã tìm được hạnh phúc trọn vẹn: một người vợ biết sẻ chia, một người bạn tri kỷ vẫn giữ nghĩa cũ, và cả một lý tưởng được đông đảo quần chúng tin cậy.

Thế nhưng, giữa niềm vui ấy vẫn len vào một thoáng buồn dịu dàng. Võ nhớ lại những ngày lam lũ việc đồng áng tiếp tay nông dân nơi làng Hoa, khi bóng dáng cô thấp thoáng trong xóm nhỏ, khi một ánh nhìn, một nụ cười của cô cũng khiến tim anh xao động. Anh biết rõ tình cảm đó, nhưng cũng biết ranh giới mình không bao giờ được bước qua. Từ ngày đầu, trong lòng anh đã nguyện phải giữ trọn nghĩa bạn bè với Trí.

Và cũng vì thế, khi Hoa ngập ngừng nhờ giúp viết mấy tờ truyền đơn, Võ đã chẳng chút đắn đo. Anh ngồi thâu đêm bên chiếc Ronéo cũ, xoay tay in từng tờ giấy, mùi mực xanh loang khắp căn phòng chật hẹp. Anh biết rõ: trong lòng Hoa vẫn chỉ có Trí. Và anh cũng biết: chính những dòng chữ mộc mạc kia, khi đến tay dân nghèo, có thể xoay chuyển cục diện bầu cử.

Võ mỉm cười, nụ cười của một kẻ "thầm hy sinh mà lòng thanh thản". Anh tự nhủ: "Hạnh phúc đâu phải lúc nào cũng là giữ cho riêng mình. Đôi khi, nó là để người mình thương quý được yên vui, dù ta chỉ đứng bên lề."

Anh xoay lưng, lặng lẽ bước ra khỏi hội trường đang rộn ràng tiếng vỗ tay. Bóng dáng anh khuất dần trong ánh hoàng hôn ngoài phố. Không ai để ý, cũng chẳng cần ai biết.

Anh thư thản bước trên vỉa hè, dưới hàng cây rợp nắng chiều. Bất chợt, một tiếng chuông xích lô vang lên bên tai:

'Keng… keng…'

Âm thanh quen thuộc ngân vang, hòa vào nhịp xe cộ Sài Gòn, giản dị mà thân thương. Như một hồi chuông tiễn biệt cho chương đời đã khép, đồng thời cũng là tiếng reo mở ra một hành trình mới, chưa biết sẽ về đâu, chỉ biết trái tim thanh thản vì đã vẹn nghĩa, trọn tình.

- Hết -

Tác giả

Vinh Quyen Tang, Ph.D., P.Eng..
(Tăng Quyền Vinh)
Ottawa, Canada.

Sách phát hành:

1. Bên Kia Bến Đỗ, 2021.
2. Đứa Con An Giang, 2022.
3. Lu nước ngọt, 2023.
4. Nails Tình Thương, 2023.
5. Tứ Quý (Truyện trích từ Bên Kia Bến Đỗ), 2023.
6. The Precious Quartet (Translated from the Vietnamese title 'Tứ Quý'), 2024.
7. Compassionate Nails: A Journey of Love and Resilience (Translated from the Vietnamese title 'Nails Tình Thương'), 2024.
8. Đôi Dòng Sông Nước, 2024.
9. Tales of the River: Journey from the Mekong Delta, (Translated from the Vietnamese title 'Đôi Dòng Sông Nước'), 2024.

10. Freshwater Jar (Translated from the Vietnamese title 'Lu Nước Ngọt'), 2024.
11. Twelve Habours (Translated from the Vietnamese title 'Bên Kia Bến Đỗ'), 2025.
12. The Boy From An Giang (Translated from the Vietnamese title 'Đứa Con An Giang"), 2025.
13. Cánh Bướm Trong Nắng, 2025.

Cảm nghĩ về *Cánh Bướm Trong Nắng*

"Nhờ đọc truyện này, tôi hiểu rõ hơn những ưu tư về tương lai đất nước của thế hệ trẻ trong thập niên 1960–1970. Đặc biệt, khi gặp những đoạn nhắc đến Camus và Tagore, tôi bỗng nhớ lại thời mới lớn, say sưa với hiện sinh, triết Tây và đạo học qua sách của Phạm Công Thiện, Bùi Giáng, Nguyễn Hiến Lê, Nguyễn Duy Cần, Kim Định, cùng những bản dịch Hermann Hesse. Một thời say mê!"
— *Một bạn đọc*

"Ráng lên. Lịch sử, qua chuyện kể, luôn hấp dẫn hơn sử liệu."
— *Trịnh Vũ Điệp*

ISBN 978-1-0691950-4-3